रानवेड

दिलीपराज प्रकाशनाची सर्व पुस्तके आता आपण Online खरेदी करू शकता. आमच्या website ला कृपया अवश्य भेट द्या.
www.diliprajprakashan.in

रानवेड

प्र. सु. हिरुरकर

दिलीपराज प्रकाशन प्रा. लि.

२५१ क, शनिवार पेठ, पुणे - ४११ ०३०

रानवेड /Ranved

प्रकाशक
राजीव दत्तात्रय बर्वे
मॅनेजिंग डायरेक्टर,
दिलीपराज प्रकाशन प्रा. लि.
२५१ क, शनिवार पेठ,
पुणे - ४११०३०

लेखक - प्र. सु. हिरुरकर
रानभूल, गल्ली क्र. ४ जवाहन नगर,
अमरावती - ४४४ ६०४
मो. ९८२२६३९७९८

प्रथमावृत्ती - २६ जानेवारी २०१३

प्रकाशन क्रमांक - १९८५

ISBN - 978 - 81 - 7294 - 980 - 8

टाईपसेटिंग
पितृछाया मुद्रणालय,
९०९, रविवार पेठ,
पुणे - ४११ ०२

मुद्रक
Repro India Ltd, Mumbai.

मुखपृष्ठ - कैवल्य राम मशिदकर

गेल्या दोन-तीन तपांपासून ज्यांच्या ग्रंथसहवासाने मला रानावनाची माहेरओढ लागून अरण्यलेखन करण्याची प्रेरणा मिळाली, अशा अरण्य तपस्वी आदरणीय मारुती चितमपल्ली, रानवेडे कै. बाबा गणोरकर, कै. अभिषेक वाकोडे आणि रानावनावर प्रेम करणाऱ्या असंख्य निसर्गप्रेमींना प्रेमादरपूर्वक अर्पण...........

लेखकाचे मनोगत...

निसर्ग म्हणजे रंगांचा बहर. अक्षरश: उधळणच. पानं, फुलं, फळं, म्हणजे निसर्गाच्या कुंचल्यातील जादुई आविष्कारच. पृथ्वी आकाशातून निळसर हिरवी दिसते, ती पाणी आणि वनस्पती यांच्यामुळे. वनस्पतींना हिरवा रंग प्राप्त होतो तो हरितद्रव्यामुळे. हिरवा रंग हा केवळ वनस्पतींचेच रहस्य नसून ते पृथ्वीतलावरील संपूर्ण जीव-सृष्टीच्या अस्तित्वाचे रहस्य आहे. सर्व अन्नपदार्थांच्या निर्मितीचा तोच एकमेव स्रोत आहे. वातावरणातील प्राणवायूच्या उत्पत्तीचे कारणही तोच आहे.

रंगद्रव्याच्या कमी-अधिक प्रमाणाच्या मिश्रणामुळे फुलांमध्ये विविध रंगछटा निर्माण होतात. वनस्पतींना स्थलांतर करता येत नसल्यामुळे परागकण क्रियेसाठी, तसेच बीजप्रसारासाठी कितीतरी वनस्पती निरनिराळ्या प्राण्यांवर, पक्ष्यांवर अवलंबून असतात. त्यामध्ये कीटकांचा सहभाग मोठ्या प्रमाणावर असतो.

निसर्गाने फुले निर्माण केली आहेत ती मानवाच्या नेत्रसुखासाठी नाहीत. देवाला वाहण्यासाठी नाहीत. तर त्या-त्या वनस्पतींच्या पुनरुत्पादनासाठी. वंशवृद्धीसाठी. मानवजात पृथ्वीतलावर अवतरण्याआधी लक्षावधी वर्षांपूर्वी सपुष्प वनस्पती उत्क्रांत झाल्या आहेत. ही जाण, हे भान ठेवून निदान आपण न लावलेल्या, वाढविलेल्या झाडांची फुले तोडू नयेत. ती झाडावरच छान दिसतात. जास्त काळ टिकतात. फळे, बिया निर्माण करतात हे मनावर ठसणे, ठसविणे आवश्यक आहे.

भारताचा पश्चिम घाट म्हणजे प्रचंड मोठ्या प्रमाणावर जैव-विविधता असलेले पूर्व हिमालयाप्रमाणे भारतातील दुसरे महत्त्वपूर्ण ठिकाण. भारताच्या पाच राज्यांमध्ये विस्तृतपणे पसरलेली ही पर्वतरांग पश्चिमेकडील राज्यांमध्ये पावसाचे विभाजन करण्याची महत्त्वाची कामगिरी बजावते. या जंगलांमधील वनस्पती, प्राणी, सूक्ष्मजीव, कीटक हे 'इन्डेमिक' या प्रकारात मोडणारे आहेत, म्हणजे अशा प्रकारचे जीव जगात इतरत्र कुठेही आढळत नाहीत.

भारताच्या पश्चिमेपासून म्हणजेच गुजरात राज्यापासून अगदी दक्षिणेपर्यंत

म्हणजे केरळ राज्यापर्यंत या पर्वतरांगांचा विस्तार दिसून येतो. या घाटाचा उगम तापी नदीच्या दक्षिणेकडे होत असून हा घाट अंदाजे ६५ दशलक्ष वर्षांपूर्वी निर्माण झाला, असे मानले जाते. या घाटाची लांबी अंदाजे १६०० किलोमीटर असून रुंदी अंदाजे १०० किलोमीटर एवढी आहे. त्याचे एकूण क्षेत्रफळ अंदाजे एक लाख साठ हजार चौ.कि.मी. इतके अवाढव्य आहे. या घाटावर प्रामुख्याने काळा पाषाण आणि जांभा खडक आहेत. येथील जीवसृष्टी जंगली या वर्गात मोडते. येथील जंगले एकूण घाटाच्या ३० टक्के जागा व्यापतात. भारतातील एकूण वनस्पतींपैकी २७ टक्के वनस्पती या घाटावर आढळतात. पाच हजारांहून जास्त सपुष्प वनस्पती येथे आहेत. तसेच येथे आढळणाऱ्या प्राण्यांची संख्याही प्रचंड आहे. येथे १४९ सस्तन प्राण्यांच्या प्रजाती, ५०८ पक्ष्यांच्या प्रजाती व १८९ उभयचर प्राण्यांच्या प्रजाती दिसून येतात. केरळमध्ये सहा हजार प्रकारचे कीटक सापडतात. त्यामध्ये ३३४ प्रकारचे तर निव्वळ फुलपाखरे आहेत. मृदुकाय म्हणजे गोगलगायीसारखे २५८ प्रकारचे कीटक येथे आढळतात. यांतील ३२५ जाती या नष्ट होण्याच्या मार्गावर आहेत. त्यामुळेच जैवविविधतेच्या दृष्टीने हा घाट अतिशय महत्त्वाचा आहे. एवढेच नव्हे, तर या घाटावरील अनेक वनस्पती, प्राणी, त्यांच्या जाती-प्रजाती अशा आहेत की, ज्यांची जगाला अजून ओळखदेखील झालेली नाही. तसेच येथे अशा काही जाती आढळून आल्या आहेत की, ज्या जगात नामशेष म्हणून घोषित झाल्या नंतर पुन्हा येथे सापडल्या आहेत. अत्यंत महत्त्वपूर्ण बाब म्हणजे यांतील अनेक जाती-प्रजाती या जगात इतरत्र कुठेही आढळत नाहीत. अशा प्रकारच्या १८०० वनस्पती येथे आहेत. तसेच ८४ प्राणी, १६ पक्षी व ७ सस्तन प्राणीही केवळ पश्चिम घाटावरच दिसून येतात.

या संपूर्ण पर्वतरांगांमध्ये १३ राष्ट्रीय उद्याने आहेत. महत्त्वाची बाब म्हणजे येथील जंगले ही 'देवराई' या आध्यात्मिक संकल्पनेमुळे संरक्षित राहिली आहेत. देवराई म्हणजे देवाचे जंगल. यामुळे श्रद्धेपाटी का होईना, परंतु कळत नकळत येथील जंगलांचे संरक्षण होत आहे. या जागेला दक्षिणेत 'कान' असे म्हणतात. अशा या जागेचे महत्त्व ओळखून २००६ मध्ये भारत सरकारने युनेस्कोकडे पश्चिम घाटाला 'प्रोटेक्टेड वर्ल्ड हेरिटेज साइट' हा दर्जा मिळण्यासाठी अर्ज केला होता व ती मागणी आता पूर्ण झाली आहे. या घाटामुळे भारताच्या पश्चिम व दक्षिण भागात पाऊस पडतो. या घाटावरील वैविध्यपूर्ण नैसर्गिक संपत्तीचा फायदा जागतिक दर्जाची पर्यटन स्थळे निर्माण करण्यासाठी होऊ शकतो. आता

हा घाट 'जागतिक वारसा' होणार असल्याने येथील जैविक विविधतेचे संरक्षण अधिक जोमाने होईल, अशी अपेक्षा आहे.

माणूस ज्या वातावरणात राहतो, त्यातील गुण आपोआप त्याच्यात उतरतात. वृक्षलता हे सज्जनांसारखे असतात. त्यांच्या सहवासात राहिलं म्हणजे चांगले गुण आपल्यात आपोआपच येतात. उदा. वृक्ष आपली मुळं जमिनीत अंधारात घट्ट रोवून उन्ह-वारा-पाऊस अंगावर घेत साऱ्या जन्मभर इतरांना काही ना काही देण्याचं कार्य करत असतात. पशुपक्ष्यांना आसरा देतात. त्यांना पानं, फुलं, फळांच्या रूपात अन्नही देतात. मानवाला स्वच्छ ऑक्सिजन देतात, सावली देतात. मानवासहित साऱ्या सजीव सृष्टीच्या कल्याणासाठी ते स्वत:चं बलिदान देत असतात. म्हणून वृक्ष आणि वृक्षांचे जंगल याचं रक्षण केलं पाहिजे. ईश्वराचे साक्षात रूप कुठे प्रत्यक्षात पाहता येत असेल, तर ते निसर्गात. कविवर्य चंद्रशेखर यांच्या पुढील ओळींप्रमाणे -

जे जे निसर्ग रमणीय म्हणोनी काही ।
निर्माण होउनी जगी विलसोनि राही ।।
सौंदर्य ते नयनगोचर होय साचे ।
अज्ञयशा भुवन सुंदर ईश्वराचे ।।

आपलं अंतराळ जसं अनंत आहे तसा हा पृथ्वीतलावरील अरण्यरूपी निसर्गही असंख्य रहस्यांनी भरला आहे. ते शोधण्यासाठी आवश्यक आहे त्याविषयीची आवड आणि दृष्टी. एकदा का हे 'रानवेड' लागलं की, मग आपला जन्मही इवलासा वाटू लागतो. वृक्षवेली, वनस्पती, वन्यजीव, पशुपक्षी यांच्या निरीक्षणाचा छंद आनंदी जीवन जगण्यास एक वेगळी दिशा देतो. मला हा छंद गेल्या पंचवीस-तीस वर्षांपासून लागला. तेव्हापासून घराजवळचा मेळघाट व्याघ्र प्रकल्प, केरळमधील अनाघ्रात सायलेंट व्हॅली, वन्यजिवांनी समृद्ध असे कान्हा, बांधवगड, पेंच इ. जंगलांचे भम्रण झाले. जंगल भटकंतीमुळे जीवनात एक चैतन्य संचारते. या चैतन्यातूनच शब्द कागदावर उतरतात आणि वाचकांपर्यंत पोचतात.

मला जंगलाचा मोह नाही, पण ओढ आहे. ही ओढच माझ्या पावलांना रानावनाची माहेरओढ देत असते. वन, वन्यजीवन आणि पर्यावरण यांविषयी जनमानसाला लळा लागावा, हा माझ्या अरण्य लेखनाचा प्रमुख हेतू आहे. जनजागृतीचे माझे हे व्रत जीवनाच्या अंतिम चरणापर्यंत सुरूच राहणार आहे, यात तीळमात्र शंका नाही.

मला जंगलांचं आणि त्यातील वन्यजिवांचं कुतूहल वाटू लागलं ते वयाच्या तिसऱ्या-चवथ्या वर्षीच. तेही वडिलांमुळे. बालसख्यांसोबत रानावनात भटकण्याची सवय लहानपणीच लागली. त्यावर लिहिता झालो ते वयाच्या वीस-बाविसाव्या वर्षी. गवताच्या पात्यावरील दवबिंदूसारखं अरण्यलेखन आणि रानवाटेवरील पशू-पक्ष्यांच्या पाऊलखुणांप्रमाणे अत्यंत परिणामकारक रेखाचित्र काढणारे कै. व्यंकटेश माडगूळकर, दुर्गा भागवत आणि वाचकांना जणू आपण त्यांच्याबरोबर जंगलातच फिरत आहोत याची अनुभूती देणारे अरण्यव्रती आदरणीय मारुती चितमपल्ली यांच्या वनविषयक साहित्याचं वाचनवेड मला त्या वेळी लागलं होतं. या महर्षींच्या ग्रंथवाचनाने मी जणू झपाटला गेलो होतो. यानंतर हळूहळू राज्यातील प्रमुख वृत्तपत्रांत माझं अरण्यलेखन प्रकाशितही होऊ लागलं होतं. आज मला या वृत्तपत्रांच्या सहकार्यामुळेच आणि असंख्य निसर्गसख्यांमुळे अरण्यलेखक म्हणून नाव मिळालं, हे मी नम्रपणे सांगू इच्छितो. अरण्यभटकंतीचा आणि लेखनाचा छंद आज वयाच्या पन्नासाव्या वर्षीही तसाच कायम आहे. त्यातून 'अरण्यओढ', 'भुलनवेल' आणि 'पक्षीमेळा' ही माझी तीन पुस्तके वाचकांपर्यंत पोचवू शकलो. वाचकांच्या अमाप प्रतिसादामुळे मला सतत प्रेरणा मिळाली आणि आज 'रानवेड' हे पाचवे पुस्तकही निसर्गवाचकांच्या हाती देताना मला अत्यानंद होत आहे. माझा हा जंगलभटकंती आणि लेखनाचा प्रवास जीवनाच्या अखेरच्या श्वासापर्यंत सुरूच राहणार आहे. नोकरी आणि कुटुंब सांभाळून मी हा छंद जोपासत आलो आहे, तेही एक विद्यार्थी बनूनच.

रानावनात भटकताना निसर्ग पावलापावलावर आपलं रूप बदलत असतो. ते मनात साठवून ठेवण्याची तयारी मात्र असावी लागते. तसंच मनात इच्छा बाळगून जंगलात काहीच मिळत नाही. आकस्मिकपणे निसर्गाचं एखादं मनोहारी रूप नजरेस पडते. एखादा वन्यजीव नजरेत पडतो. त्याच्या निरीक्षणाचा आनंद अवर्णनीय असा असतो. हा आनंद मग वृत्तपत्रातील लेख किंवा पुस्तकाच्या रूपाने वाचकांसमोर मांडण्याचा माझा नेहमीच आटापिटा चालू असतो. त्या लेखांवर वाचकांकडून दूरध्वनी किंवा त्यावर पत्राद्वारे प्रतिक्रिया मिळणे ही प्रेरणाच रानावनात भटकायला आणि अरण्यलेखन करायला सतत बळ देत असते.

'निसर्ग' हा एक महाग्रंथ आहे. तो वाचावयास सबंध आयुष्यही अपुरं पडते. अरण्यवाचनाची एक लिपी आहे. जंगलात रानवाटेवरून भटकताना त्यावर पशुपक्ष्यांच्या पावलांचे ठसे आढळतात. हे पाऊलठसे म्हणजे या ग्रंथाच्या

पानापानांवरील अक्षरं आहेत. ती वाचत वाचत त्यांचा मागोवा घेत घेत निरीक्षणं करावी लागतात. जंगलात अशा लिपीचे वाचन करून रानवाचन केले जाते. अरण्यातील रानवाटांवरच्या वन्यजिवांच्या या पाऊलठशांनाच 'अरण्यलिपी' असं म्हणतात आणि त्यातूनच मग सजीव सृष्टीची अनेक रहस्य उलगडली जातात.

वाढते शहरीकरण, औद्योगिकीकरण, प्रदूषण, घटती शेती आदी कारणांमुळे भारतासह अनेक विकसनशील देशांना सद्य:स्थितीत तसेच येत्या काळात अनेक समस्यांना सामोरे जावे लागणार आहे. जगभरात दरवर्षी ३६ दशलक्ष एकर वनक्षेत्र नष्ट होत आहे, ही बाब अत्यंत चिंताजनक अशीच आहे.

पृथ्वीच्या पाठीवर साधारणत: १.६ अब्ज लोकांचे जीवनमान वनांवर अवलंबून आहे. ग्लोबल वॉर्मिंग, हवामानबदल यासारख्या समस्यांना आळा घालण्यासाठी, तसेच वातावरणातील कार्बनडायऑक्साईड शोषून शुद्ध स्वरूपातील ऑक्सिजन पुरविण्याचे काम वने करीत असतात. त्यामुळे ही जंगलं किती मौल्यवान आहेत, हे स्पष्ट होते. जंगलांमध्ये उगम पावणाऱ्या नद्यांमुळेच पन्नास टक्के नगरे तसेच महानगरांची पाण्याची तहान भागत आहे. जमिनीचा पोत टिकविण्याचे महत्कार्यही वने करीत असतात. वनांतील जैविक समृद्धता, विविधता हीसुद्धा पर्यावरणाचे अविभाज्य अंग आहे. वनांवर होणाऱ्या अतिक्रमणामुळे जैविक विविधताही नष्ट होऊ लागली आहे. त्यामुळेच संकटांचे धुके अधिक गडद होताना दिसत आहे. दुर्मीळ पक्षी, प्राणी, वनस्पती, कीटक यांचे अस्तित्व डळमळीत बनल्याने जगभरातच चिंतेचे वातावरण आहे. यासाठी जंगल आणि त्यातील जैविक विविधतेचं संरक्षण करणे अत्यंत आवश्यक झाले आहे, नव्हे: पुढील पिढीसाठी वनांचे रक्षण ही काळाची गरज आहे.

'भुलनवेल' या रहस्यमय वेलीचा शोध माझ्या वनभटकंतीतील प्रमुख शोध आहे. जवळपास पन्नास वर्षांनंतर मी भुलनवेल २००९ मध्ये जैविक विविधतेने समृद्ध अशा मेळघाटात शोधून काढली. त्या वेळी मला मयूरी आनंद झाला. पंचवीस-तीस वर्षांपासून मी तिच्या शोधात होतो. या शोध मोहिमेचे खरे श्रेय जाते ते माझा शिष्य कै. अभिषेक वाकोडे या तरुण वनरक्षकाला. त्यानंतर लगेच सुरुवातीच्या निरीक्षणावर आणि माहितीवर आधारित 'अरण्यसखी' हा लेखही मी लिहिला आहे. दै. महाराष्ट्र टाइम्सने तो २००९ च्या दिवाळी अंकात प्रकाशित केला आहे. असंख्य वाचकांबरोबर काही आयुर्वेदाचार्यांचे दूरध्वनी आले. आम्हाला भुलनवेल दाखवा, असा त्यांचा आग्रह होता. कारण काही रोगांवर ही भुलनवेल

हमखास अशी औषधी आहे, असे त्यांचे म्हणणे होते. त्यांचा स्वार्थ माझ्या लक्षात आला आणि या वेलीचा नाश अशा लोकांच्या हातून होऊ नये म्हणून मी त्यांपैकी कोणालाही या वेलीचे ठिकाण दाखविण्याचा प्रयत्न केला नाही. तसेच माझ्या पुढील संशोधनातही मला काही अडथळा निर्माण करावयाचा नव्हता. मात्र नियतीच्या मनातही वेगळेच होते. मला या कामात मोलाची मदत करणारा आणि जंगलाची तळमळ असलेला तरुण वनरक्षक अभिषेक वाकोडे जून २०१० मध्ये जारिदा येथे अस्वलाच्या हल्ल्यात जागीच ठार झाला आणि भुलनवेलीचे माझे पुढील संशोधनही थांबले. या हल्ल्यात अस्वलाने एकूण चार जणांचे बळी घेतले.

दुसरी महत्त्वाची बाब म्हणजे सप्टेंबर २००९ मध्ये धुळे येथे निवासी असलेले श्री. रणजित राजपूत नावाचे अधिकारी मुंबईवरून माझ्या अमरावती कार्यालयात बदलून आले. अभ्यासू आणि शिस्तीचे भोक्ते असलेले राजपूत हे एक उत्तम साहित्यिकही आहेत. आमचे विचार जुळल्याने त्यांच्याशी मैत्री झाली. कार्यालयात अधिकारी आणि बाहेर मैत्री अशी आमची घट्ट नाती विणली गेली. लवकरच मी त्यांना माझ्या आवडत्या मेळघाटात घेऊन आलो आणि प्रथम दर्शनीच ते मेळघाटच्या प्रेमात पडले. जंगलावर लिहितेही झाले. सध्या ते नाशिक येथे आहेत. मात्र त्यांची मेळघाटची ओढ अजूनही तशीच आहे. वर्षातून दोन-तीन वेळा ते मेळघाटात भटकंतीसाठी येतात. त्यांच्या एक-दीड वर्षांच्या अमरावती येथील कार्यकाळात आम्ही मेळघाट मनसोक्त भटकलो. प्रत्येक भ्रमणानंतर लेखन झाले. माझं कधी नव्हे एवढं अरण्यलेखन या इवल्याशा काळात झाले. या तरुण अधिकारी मित्राच्या चर्चेतून मग 'रानवेड' या पाचव्या पुस्तकाची मुहूर्तमेढ रोवली गेली.

'रानवेड' या पुस्तकात 'जंगलाचं देणं' या प्रकरणात माझ्या अमरावती शहरालगत असलेल्या इंधला-पोहरा जंगलाचं वर्णन आहे. 'पैनगंगा अभयारण्य' हे यवतमाळ जिल्ह्यातील. घनदाट वृक्षवेली असूनही तेथे पशुपक्षी नाहीत. मानवाचा हस्तक्षेप, जंगलाचा ऱ्हास आणि शिकारी यांमुळे या अभयारण्यात जीवच उरला नाही. 'घाणेरीची आभाळमाया' या प्रकरणात घाणेरी ही झुडूपवर्गीय वनस्पती मात्र आपल्या छत्रछायेखाली कित्येक जिवांचा संसार वाढवीत असते, याचा उल्लेख आहे. केरळमधील सायलेंट व्हॅली राष्ट्रीय उद्यान हे जैविक विविधतेनं नटलेलं संपन्न असं अरण्य आहे. मानवाच्या जनुकाशी निगडित अशा लाखो वर्षांपूर्वीच्या वृक्षवल्लरी येथे आहेत. तसेच दुर्मीळ सिंहपुच्छकपीचंही हे आश्रयस्थान आहे. त्याचा उल्लेख 'अनाघ्रात सायलेंट व्हॅली' या प्रकरणात आला आहे.

कोलकास : हिरव्या पाचूतील पडाव, बेधुंद सौंदर्याचं बेलकुंड, वनराईतील चिखलदरा, श्रावणी वनवैभव, सागपिसारा या सर्व प्रकरणांत मेळघाटच्या सृष्टिसौंदर्याचं वर्णन केलं आहे.

हंसदेवविरचित मृगपक्षिशास्त्र या सातशे वर्षांपूर्वीच्या ग्रंथात सांगितल्याप्रमाणे 'मनुष्य हा ईश्वराची सर्वोत्कृष्ट निर्मिती होय. त्यापाठोपाठ क्रम लागतो मुक्या बुद्धिवान प्राण्यांचा. त्यांचा द्वेष करणं म्हणजे जीवनातील एका फार मोठ्या आनंदाला पारखं होण्यासारखं आहे. म्हणूनच प्राणिमात्रांच्या जतन, संरक्षणासाठी आपण आपल्या कुवतीनुसार पुढं यायला हवं.'

माझे पहिले गुरू म्हणजे आई-वडील. त्यांची शिकवण, पत्नी सौ. ज्योती, चि. रोहित आणि कु. पल्लवी या माझ्या कुटुंबातील सदस्यांमुळे मी रानवेड या पुस्तकापर्यंत पोचू शकलो. महत्त्वाची बाब सांगायची म्हणजे माझे काही लेख माझ्या माहिती व जनसंपर्क खात्याच्या महान्यूज या ई-पोर्टलवरही प्रकाशित झाले. ते पाहून विदर्भाचे संचालक (माहिती) मा. श्री. भि. म. कौसल साहेब, मुंबईचे संचालक तथा साहित्यिक श्री. प्रल्हाद जाधवसाहेब, सहसचिव वने नितीन काकोडकर, माझा बालसखा आणि वनाधिकारी श्री. रविन्द्र वानखडे, अमरावती येथील वनस्पतीशास्त्रज्ञ डॉ. प्रभा भोगावकर हे वेळोवेळी माझे दूरध्वनीवरून अभिनंदन करत असतात. त्यामुळे मला अधिक प्रोत्साहन मिळते. मी त्यांचा अत्यंत ऋणी आहे. माझ्या कॉलनीतील ज्येष्ठ साहित्यिक मा.श्री. राम देशमुख यांचा मला गेल्या ३० वर्षांपासून साहित्य सहवास लाभला. मार्गदर्शन मिळाले. मी त्यांच्या ऋणातच राहू इच्छितो. डॉ. व्ही. टी. इंगोले, पद्माकर लाड, डॉ. खोडे, ज्ञानेश्वर दमाहे, कुमार पाटील यांचा मी ऋणी आहे. माझ्या असंख्य मित्रांचे सहकार्य मला सतत या कामात मिळत आले आहे. त्यात श्री. रणजित राजपूत, श्री. नितीन खंडारकर, छत्रपती धुमटकर, प्रतीक फुलाडी, शिवराय कुळकर्णी, सुनील देशमुख इ. अनेक नावे आहेत. या सर्वांचा आणि या कामात मला ज्या ज्ञात-अज्ञात व्यक्तींनी सहकार्य केले, त्या सर्वांचा मी ऋणी आहे. गेल्या दोन-अडीच दशकांपासून माझ्या अरण्यलेखनाला राज्यातील ज्या वृत्तपत्रांनी वेळोवेळी आपली अमूल्य जागा दिली, असे दै. महाराष्ट्र टाइम्स, दै. लोकसत्ता, साप्ता. लोकप्रभा, साप्ता. सकाळ, दै. सकाळ, दै. लोकमत, दै. तरुण भारत, दै. लोकशाही वार्ता, दै. हिंदुस्थान, दै. देशोन्नती, दै. जनमाध्यम इ. वृत्तपत्रांचा मी शतशः ऋणी आहे.

'बांधवगडचा शिकारी' या पुस्तकासोबत 'रानवेड' या माझ्या पाचव्या पुस्तकाची जबाबदारी पुण्याचे दिलीपराज प्रकाशन प्रा. लि. यांनी स्वीकारली. मी त्यांचा आणि अमरावती येथील प्रसिद्ध प्रकाशक आणि बजाज डिस्ट्रिब्यूटर्सचे आदरणीय बाबूजी यांचा अत्यंत आभारी आहे.

जंगलभ्रमणासोबत अरण्यलेखन हा गेल्या पंचवीस वर्षांपासूनचा छंद आता छंद वाटत नसून मला ते एक जीवनकार्य वाटू लागलं आहे. आपण मानव समाजाचा एक घटक आहोत: त्यापूर्वी निसर्गाचा घटक आहोत, रहिवासी आहोत. ज्याप्रमाणे वृक्षलता, हरिण, पक्षी आहेत, तसा मी कोणीतरी आहे, या सगळ्या व्यवस्थेचा मी एक अविभाज्य भाग आहे, यावर जास्त भर देतो. मी निसर्गाशिवाय कोणी वेगळा नाही आणि त्यामुळं माझं अन् त्याचं नातं चटकन जमून जातं. मात्र एक विद्यार्थी बनूनच. कारण निसर्ग हा एक महाग्रंथ आहे. तो वाचावयाला आपलं आयुष्य अत्यंत कमी पडतं. मी जरी माणसांच्या गावात राहत असलो तरी मनाने मात्र मी नेहमी जंगलातच असतो. समर्थ रामदासांनी सांगितल्याप्रमाणे-

घरे सुंदरे सौख्य नानापरीचे
परी कोण जाणेल ते अंतरीचे
मनी आठवीतांचि तो कंठ दाटे
उदासीन हा काळ कोठे न कंठे

आपलं घर, आपलं कुटुंब, आपला संसार यांपेक्षा या जगात बरेच काही आहे, असं जेव्हा मनाला वाटू लागतं, तेव्हा एका वेडाने आपण झपाटल्यागत होतो. जगाला काहीतरी चांगलं देण्यासाठी आपला जन्म आहे, असं वाटू लागतं. तेव्हा जगातील सारी सुखं इवलीशी वाटू लागतात. मन शोध- कार्यात गुंतून जातं. गेल्या कित्येक वर्षांपासून मी या अशाच रानातील रहस्यं शोधण्यात वेडा झालो आहे. या प्रवासातूनच मग 'रानवेड' सारखी साहित्य निर्मिती होऊ लागते. त्याचा आनंद काही वेगळाच असतो. शब्दांत न बांधता येणारा !

निसर्गाबद्दल कुतूहल बाळगणाऱ्या, रानावनावर प्रेम करणाऱ्या सर्व निसर्गसख्यांना 'रानवेड' हे पुस्तक मनापासून आवडेल या अपेक्षेसह.

धन्यवाद !

– प्र. सु. हिरुरकर

(तेरा

अनुक्रमणिका...

१.
अनाघ्रात सायलेंट व्हॅली

केरळच्या मन्नरकड या टोकाच्या गावावरून सुप्रसिद्ध सायलेंट व्हॅली राष्ट्रीय उद्यान येथे जाण्यास आम्ही निघालो. जागोजागच्या नारळाच्या उंच उंच तुरेदार झाडांमुळे केरळच्या भूमीला अनोखं सौंदर्य प्राप्त झालं आहे. सोबतीला रबराचीही झाडं आहेत. ४५ किलोमीटरच्या रस्त्याने सारी सृष्टी चिंब भिजली होती. मोठमोठ्या उंच हिरव्यागार पर्वतराजीवर पांढरेशुभ्र ढग पिंजारले होते. पर्वताच्या अंगाखांद्यावर ते लडिवाळपणे खेळत होते. हलकासा पाऊसही सुरू होता. नागमोडी चढण चढत गाडी पर्वताच्या एका उंच ठिकाणी पोचली. नुकताच पाऊस झाल्याने धबधब्यातून धो-धो पाणी कोसळत होतं. सरिता म्हणजे जीवन. विविध रूपे साकारत जीवसृष्टीच्या निर्मितीस हातभार लावत, हीच सरिता शेवटी सागरास जाऊन मिळते. तसाच जीवनमृत्यूचा खेळ आहे. सृष्टीतील हे धबधबे म्हणजे या सरितेचं खळाळतं हास्य. निसर्गाची विविध रूपे अनुभवत सायलेंट व्हॅलीच्या वनविश्राम- गृहाजवळ आम्ही येऊन पोचलो.

सूर्यास्ताला काही अवधीच बाकी होता. तांबडं ऊन चारही बाजूंनी पर्वताच्या कुशीतील या अतिशय देखण्या वनविश्रामगृहावर पडलं होतं. त्यामुळं त्याला सोनेरी झळाळी मिळाली होती. नारळ, रबर, सुरू, देवदार, ख्रिसमस, आंबा, कोरा, तोमरा, वाघा इ. हिरव्यागार वृक्षांवर नानाविध पक्ष्यांचा कलरव सुरू होता. त्यात माझं लक्ष एका पक्ष्याच्या सुंदर आवाजानं

वेधलं. कोण हा गंधर्व? सारा परिसर त्याच्या बोलक्या आवाजाने भारून गेला होता. माझी दृष्टी भिरभिरू लागली आणि मला अत्यंत आनंद झाला. तो पक्षी होता डोंगरी मैना. दोन तपांच्या अरण्य भटकंतीत हा दुर्मीळ व बोलका पक्षी मला प्रथमच पाहण्यास मिळाला होता. केवळ पुस्तकातूनच त्याचे दर्शन होत होते. डोंगरी मैनाचे निरीक्षण व छायाचित्र घेण्यासाठी माझा आटापिटा सुरू झाला. पक्षीनिरीक्षणात नवनवीन पक्षी पाहायला मिळाले म्हणजे नवीन उत्साह माझ्यात संचारतो. जणू एखादं घबाडच मिळाल्याचा आनंद होतो. हंसदेवविरचित मृगपक्षिशास्त्रात या पक्ष्याचे सुंदर वर्णन केले आहे ते असे-

नितरां नयनोल्लासदायिन: स्वात्मकेलिभि:
जन्मसिद्धैस्तथा हृद्‌गुणौरिपि विभूषिता

संस्कृतात या पक्ष्याला 'शारिका' (Hill Myna) असे म्हटले असून रंगाने पिवळा-निळा-लाल असे पंचरंग असतात. त्याच्या काळ्या पंखावर मोठा पांढरा ठिपका उठून दिसतो. डोकं आणि मानेवर पिवळ्या रंगाची कातडी असते. चोच पिवळी व पायही पिवळेच होते. नर-मादी सारखेच दिसतात. आपल्या विविध क्रीडांनी ते डोळ्यांस तृप्ती देतात. हे पक्षी निसर्गदत्त हृदयंगम गुणांनीही भूषित आहेत. मालकाला ते लळा लावणारे असून त्यांना सहज शिकविता येते. त्यांची वाणी स्पष्ट व स्पर्श मृदू आहे. नाना तऱ्हेचे रंग व गुण यांमुळे माणसांस ते संतोष देतात, असेही मृगपक्षिशास्त्रात या गंधर्वाचे वर्णन केले आहे. भारतात अलमोडा ते आसाम, हिमालयाचा पायथा, ओरिसा, मध्यप्रदेश, मुंबईचा पश्चिम घाट, अंदमान, निकोबार, श्रीलंका, दक्षिण ब्रह्मदेश येथे डोंगरी मैना आढळतात. मार्च ते आक्टोबर हा या पक्ष्यांचा विणीचा हंगाम असतो सदाहरितपर्णी आणि निमहरितपर्णी वने, वेलदोडे आणि कॉफीचे मळे ही त्यांची आश्रयस्थाने आहेत. अशा या सुंदर पक्ष्यांची तस्करी आखातातील श्रीमंतांसाठी केली जाते. डोंगरी मैनेला ते पाळतात. मात्र सायलेंट व्हॅलीच्या अधिकारी-कर्मचाऱ्यांच्या सतर्कतेमुळे हा प्रकार येथे अजिबात होत नाही, ही अत्यंत आनंदाची बाब होय. दुसऱ्या दिवशी किंग कोब्रा, हत्ती आणि अत्यंत दुर्मीळ सिंहपुच्छ कपींच्या निबिड अरण्यात जायचे असल्याने आम्ही सर्व सहा निसर्गवेडे लवकरच जेवण करून झोपी गेलो.

पाखर पहाटे जाग आली ती भवानी नदीच्या नादमयी खळाळण्याने. पहाटेचा रानवारा सुटला होता. परिसरातील झाडं दिंडीतील वारकऱ्यांप्रमाणे डोलत

होती. त्यांच्यावरील नानाविध पक्ष्यांच्या सुरावटीने वातावरण भारून गेले होते. पक्षी म्हणजे अरण्याचा कंठ आहे. बाजूच्या आंब्यासारखा डवरलेला एक वृक्ष नखशिखांत मोहरला होता. त्यावर शेंदरी रंगाच्या पक्ष्यांचे पहाटेचे मंजूळ गायन सुरू होते. मादीला आपल्या उपस्थितीची जाणीव करून देण्यासाठी त्याचा हा आटापिटा असावा. तो होता दुर्मीळ शेंदरी गोमेट (Scarlet minivate).

सूर्य डोक्यावर येऊ लागला होता. मात्र मोठमोठी पर्वतराजी आणि हिरव्या घनदाट अरण्यामुळे रानवाटेवर हलकासा संधिप्रकाश पसरला होता. जळवांच्या उपद्रवामुळे आवश्यक ती सर्व खबरदारी प्रत्येकाने निघण्यापूर्वीच घेतली होती. पावसाची हलकीशी रिमझिमही सुरू झाली होती. देशातील लाखो वर्षांपूर्वीच्या जैविक विविधतेच्या संरक्षणात मोलाची भूमिका बजावणाऱ्या केरळमधील सायलेंट व्हॅली राष्ट्रीय उद्यानात आम्ही जीपने प्रवेश केला.

पावसामुळे रानवाटा भिजल्या होत्या. विविध प्रकारच्या गवती वनस्पतींचा सुगंध दरवळत होता. वाऱ्याच्या झुळकेने तो सबंध रानभर पसरत होता. सिंहपुच्छ कपींचं (Liontailed Mascque) हे सबंध जगातील एकमेव आश्रयस्थान. सोबतीला आहेत सोळा फुट लांबीचे किंग कोब्रासारखे अति जहाल साप आणि हत्तींच्या झुंडी. त्यामुळे तेवढंच जागरूक राहणंही अत्यावश्यक होतं. माथ्यावर पोचताच समोर एक तृणांचा अभूतपूर्व पसारा दिसला. हिरवं-तांबडं गवत सात -आठ फुटापर्यंत तरारलेलं होतं. डोक्यावर तृणपुष्पे डोलत होती. त्यामुळे हा तृणपसारा मोरपिसाऱ्यासारखा दिसत होता. चालकाने एका ठिकाणी गाडी थांबवली. रानवाटेवर पुढ्यात मनमोहक अशा निळसर फुलपाखरांचा थवा होता. रंग आणि त्यावरील सुंदर नक्षी पाहून आकर्षित करणारी फुलपाखरं रानवाटेबरोबर या अद्भुत अरण्याला स्वर्गीय सौंदर्य देत होती. एकाच ठिकाणी जवळपास चाळीस-पन्नास दुर्मीळ फुलपाखरं आपल्या अन्नावर तुटून पडली होती. ती होती ब्ल्यू बॉटल जातीची. सदाहरित अरण्यातच ती राहतात. भारतात हिमालय, दक्षिण आणि पश्चिम घाटातील जंगलांतच ती १३०० मीटर उंचीपर्यंत आढळतात. फुलांमधील मधाबरोबर वन्यप्राण्यांनी रानवाटेवर केलेले मूत्रविसर्जन किंवा त्यांच्या विष्ठेतील आवश्यक अन्नघटक ही फुलपाखरं शोषून घेतात. १२८ प्रकारच्या फुलपाखरांच्या प्रजाती या सायलेंट व्हॅलीमध्ये असून उद्यानातील जैविक विविधतेतील ते एक प्रमुख आकर्षण आहे. या आहेत साउथ बर्डविंग, पॅरिस पिकॉक, ब्ल्यू मार्मोन, कॉमन रोज इ. मी त्यांची मनसोक्त छायाचित्रं घेतली. मला तर या देखण्या

फुलपाखरांचं एक झाडच मिळालं. अद्भुत अशा अरण्याच्या सौंदर्यामुळे माझ्या आनंदाला पारावार राहिला नाही. अरण्यवाचन ही एक साधना आहे. त्यांच्यातील एक घटक बनूनच ती करावी लागते. अनेक वर्षांच्या जंगलभटकंतीतून ती प्राप्त होते. मात्र त्यासाठी नि:स्वार्थ, निर्मळ मन ठेवावे लागते.

देशाच्या पश्चिम घाटात प्रामुख्याने पावसाळी सदाहरितपर्णी अरण्य असून सायलेंट व्हॅली राष्ट्रीय उद्यान हे लाखो वर्षांपासून अत्यंत दुर्मीळ अशा जैविक विविधतेला प्रमुख संरक्षण देणारं जंगल आहे. मुलुंजगा, कोरा, तोफरा, चवडागम, रागी इ. भव्य उंच अशा विविध वृक्षांच्या छायेतून रानवाटेवरून आम्ही पुढे जात होतो.

नभ कृष्णमेघांनी झाकोळून आलं. रानवाऱ्यामुळं सारं अरण्य डोलायला लागलं. मुलुंजगा हे राष्ट्रीय उद्यानातील सर्वांत मोठे उंच झाड. त्यांची उंची अंदाजे शंभर ते दीडशे फुटांपर्यंत होती. पूर्ण वाढ झालेली झाडांची खोडं दोन माणसांच्या हाताच्या कवेतही बसत नाहीत एवढी त्याची गोलाई. परत चालकाच्या नजरेत एका विशिष्ट प्राण्याची हालचाल टिपली गेली. त्याने लगेच गाडी थांबवून डावीकडे बोट दाखविले आणि आम्ही विस्मयचकित झालो. मुलुंजगाच्या एका उंच डेरेदार वृक्षावर सिंहासारखी शेपटी आणि आयाळ असलेल्या कपींचा एक कळप बसला होता. आमच्या आगमनाने ती थोडी घाबरली. सिंहपुच्छ कपि (Liontailed Mascque) कळप सुरक्षिततेसाठी एकमेकांना आवाज देत सैरावैरा झाला. त्यातील नर मात्र त्याच झाडावर बसून एकटक आमच्याकडे लक्ष देत होता. माझ्यापासून त्याचं अंतर असावं अंदाजे तीनशे फूट. पानांनी लदबदलेल्या फांद्याफांद्यांतून त्याला कॅमेऱ्यात बंदिस्त करण्याचा माझा केविलवाणा प्रयत्न सुरूच होता. बऱ्याच प्रयत्नानंतर त्यात थोडेफार यशही मिळाले आणि मी अत्यानंदित झालो. ही अत्यंत दुर्मीळ वानरं रंगाने तांबसर-हिरवी असून काळ्या रंगाचा कोट घातल्यासारखी ती दिसत होती. आकाराने काळतोंड्या वानरापेक्षा थोडी मोठी व सुदृढ शरीरयष्टीची ती दिसत होती. त्यांच्या अंगावर सहा ते आठ इंच लांबीचे केस असावेत. त्यामुळे त्यांचा रुबाब वेगळाच वाटत होता. मला आकाराने व रूपाने ती सिंहासारखीच वाटली. एवढ्यात कळपनायकाने झाडावरून कोह कोह असा आवाजही दिला. इतर सदस्यांना सुरक्षिततेच्या दृष्टीने ती सूचना असावी. येथेही या दुर्मीळ वानरांची छायाचित्रे घेण्यास आमची अहमहमिका लागली होती. आयुष्यात जंगलभटकंतीत आज प्रथमच 'सिंहपुच्छ कपि' ही जगातील

अत्यंत दुर्मीळ अशी वानरांची जात पाहण्यास मिळाली होती. मन उल्हसित झालं होतं. हिंदीमध्ये याला सिंह बंदर, मल्याळम्‌मध्ये नीलामंथी तर तामिळमध्ये कसंग कोरांगो असं म्हणतात. याचे शास्त्रीय नाव Macaca silenus असं आहे. भारतामध्ये पश्चिम व दक्षिणेच्या घाटात केरळ, तामिळनाडू ते कन्याकुमारीपर्यंतच्या सदाहरितपर्णी अरण्यातच ते दोन ते साडेतीन हजार फुटांपर्यंत राहतात.

अनाघ्रात सायलेंट व्हॅली म्हणजे सिंहपुच्छ कपींचे जगातील एकमेव आश्रयस्थान. हा प्राणी अत्यंत बुजरा असून ते मुख्यत्वे मुलुंजगा (Cullenia exarillata) या झाडावरच राहतात. त्याची फळं, फुलं, पानं हे त्यांच प्रमुख अन्न होय. या झाडाला फणसासारखी परंतु लहान फळं येतात. आतमध्ये सुपारीएवढ्या चपट्या पिवळसर-हळद्या रंगाच्या बिया असतात. या झाडांवरच त्यांचं जीवन अवलंबून आहे. सिंहपुच्छ कपींच्या प्रत्येक कळपाचा एक स्वतंत्र जंगल परिसर असतो. त्यांचे वय जवळपास २० ते ३० वर्षे इतकं असतं. संपूर्ण भारतात यांची संख्या केवळ २५०० एवढीच असून त्यांच्या संवर्धन आणि संरक्षणाकरिता केरळ आणि तामिळनाडू सरकारने ठोस पावलं उचलली आहेत. यांची वीण सप्टेंबरमध्ये होते. मृगपक्षिशास्त्रात वानरांचे आठ प्रकार सांगितले असून सिंहपुच्छ कपीला 'वनौकस' असे संबोधले आहे. त्याचे वर्णन पुढीलप्रमाणे -

वनौकसो कर्मटास्तु वनवासैकलालुपा:
स्थलांतरणि नीतास्ते भीता: प्राणविवर्जिता:

अर्थात वनौकस हे नावाप्रमाणेच रानात राहतात. दुसरीकडे नेले तर ते भिऊन मरतात.

निसर्ग आपलं रूप आकस्मिकपणे तुम्हाला दाखवत असतो, तेव्हा ते अनोखं असंच असतं. ते तुम्ही हृदयात साठवायचं असतं. मात्र हे सर्व तुम्ही निर्मळ, निस्वार्थपणे अनुभवायला पाहिजे. वाघापेक्षाही दुर्मीळ अशा सिंहासारख्या शेपटीच्या सिंहपुच्छ कपींचा संपूर्ण कळप आयुष्यात प्रथमच दिसल्याने आम्ही सर्व अतिशय आनंदित झालो होतो. ही घटना माझ्यासाठी अविस्मरणीय आहे. केरळच्या अनाघ्रात सायलेंट व्हॅली राष्ट्रीय उद्यानाने अशा कित्येक दुर्मीळ वन्य जिवांना, वनस्पतींना येथे आश्रय दिला आहे, संरक्षण दिलं आहे. ही बाब केरळ सरकारच्या यशस्वी वननीतीचेच यश नव्हे काय? दुपारी तीन वाजता सैरंध्री (द्रौपदी) वॉच टॉवरजवळ येऊन पोचलो. जवळपास शंभर फूट उंचीचे हे लोखंडी टॉवर. अतिशय भव्य आणि कुशल कारागिरी करून ते उभं केलं आहे. चारही

बाजूंनी पसरलेल्या पर्वतांच्या कुशीत ते असल्याने त्याचे महत्त्वही तेवढेच आहे. संशोधक डॉ. विजय इंगोले, पद्‌माकर लाड, डॉ. मनोहर खोडे, ज्ञानेश्वर दमाहे, कुमार पाटील व मी आम्ही सर्व या अतिशय देखण्या अशा निरीक्षण मनोऱ्यावर सर्वांत वर चढलो. डोंगरवारा सुचू देत नव्हता. एक स्वर्गातीत दृश्य नजरेस पडलं. चारही बाजूंनी सैरंध्री, कारटीमुंडी, काटुरवार मुंडी, पुन्नमला, पारतोड, कुमुरतोड, पुचूपारपिक, निलगिरी पर्वताच्या हिरव्या-हिरव्या उंच उंच रांगा दिसत होत्या. त्यावर पांढऱ्या पिंजारलेल्या ढगांच्या माळा आदिवासी युवतींनी गळ्यांत अलंकार घातल्यासारख्या दिसत होत्या. अंगोडा हे या परिसरातील २३८३ मीटर उंचीचे सर्वांत उंच शिखर. उजवीकडून कुंथी नदीचं खोरं अतिशय अस्पर्श अशा घनगर्द अरण्यात आहे. सायलेंट व्हॅलीच्या जैविक संपन्नतेत या नदीला पौराणिक संदर्भ असून पांडवांनी या सैरंध्री पर्वतात अज्ञातवासातील काही काळ घालविला असल्याचे सांगतात. निलगिरी पर्वतातून आलेली ही नदी येथील समृद्ध अशा सजीव सृष्टीला जपत वाढवत कुठलाही मानवी स्पर्श न स्वीकारता अरबी समुद्रात जाऊन मिळते, ही विशेष बाब होय. सायलेंट व्हॅलीच्या उत्तरेकडे २२०० मीटरवर तिचा उगम आहे. तेथून ती खाली कोसळत तिचे नदीत रूपांतर होते. वेगवेगळी वळणं घेऊन ती या संपूर्ण उद्यानातून मार्गक्रमण करते. त्या वेळी तिची विविध रूपे मनाला भुरळ पाडतात. मला ती एक स्वर्गातील परीच वाटली. या नदीच्या पात्रात १४ प्रकारचे मासे, १९ प्रकारचे जलचर प्राणी, ७५ प्रकारच्या जळवा आणि ट्री फ्रॉगसारख्या बेडकांच्या अतिदुर्मीळ प्रजाती आहेत. येथे एक हजार पुष्पवनस्पती प्रजाती, शंभर प्रकारचे ऑर्किड असून Ipsea malabarica, Bulbophyllum silentvalliensis आणि Eria tiagii हे अत्यंत सुंदर ऑर्किडही येथे आहेत. शंभर प्रकारचे वृक्ष, दोनशे प्रकारच्या शेवाळी वनस्पती यांवरून सायलेंट व्हॅलीचे महत्त्व लक्षात येते.

अस्पर्श अशा व्हॅलीच्या गर्भगृहाकडे म्हणजेच कुंथीच्या खोऱ्यात आमचे पदभ्रमण सुरू होते. जळवांचे प्रमाण या पावसाळी व सदाहरितपर्णी अरण्यात भरपूर असल्याने अतिशय सावधानता बाळगावी लागत होती. कारण तळपायापासून अंदाजे सहा इंचापर्यंत यांचे नकळत आक्रमण सुरू होते. आकाराने आगपेटीच्या एका काडीपेक्षाही लहान असलेल्या या जळवा जेव्हा आपल्या त्वचेला चिकटून रक्तशोषण करतात, तेव्हा त्यांचे पोट भरल्यावर त्या तळहाताच्या बोटाएवढ्या जाड्या होतात. प्रथम त्या आपल्या त्वचेवर मुखातून एक विशिष्ट द्रव पदार्थ

सोडतात. त्यामुळे त्या ठिकाणी बधिरता येते आणि रक्त गोठण्याची प्रक्रिया बंद होते. त्यानंतर त्या रक्त ओढून घेतात. या कार्यात मग्न असताना त्यांना जर आपण ओढण्याचा प्रयत्न केला तर तो बऱ्याच वेळा निष्फळ ठरतो. या वेळी त्या स्पंजसारख्या लांबतात. या सर्व बाबींवर दक्षता म्हणून तंबाखू व मिठाचे द्रावण पायाच्या गुडघ्यापर्यंत लावून घ्यावे लागते. हा सोपस्कार आम्ही निघतानाच पार पाडला होता. आम्ही तर त्याचे मिश्रण बूट आणि पायमोज्यांवरही लावून घेतले होते. तरीही त्यांचे आक्रमण सुरूच होते.

परत अरण्यावर संधिछाया पसरली. ओलसर रानवाटेवर झाडांची कुजकी पानं विखुरली होती. दगड-धोंडेही पाझरत होते. जळवा तर आता रानवाटेवर पावलोपावली दिसत होत्या. झाडांची फुटकी फळंही रानवाटेवर उघडी पडली होती. खोडं सततच्या पावसामुळे शेवाळली होती. जणूकाही त्यांनीही हिरवी वस्त्रं पांघरली होती. त्या खोडांवर आळंबी (कुत्र्याची छत्री) उगवल्या होत्या. नागमोडी वळणाच्या खाली-वर उतरत-चढणाऱ्या रानवाटेवरून चालताना आता अतिशय सावधानता बाळगावी लागत होती. कारण पुढ्यात एखादा हत्तीचा कळप, वाघ, अस्वल किंवा किंग कोब्रा कधी येतील, याची शाश्वती नव्हती. कधी-कधी हत्ती गवतातून चालताना फार सावध राहावे लागत होते. कारण या डोक्यापर्यंत वाढलेल्या गवताची पाती अतिशय धारदार असतात. हात लावला तर तो कापायची पाळी अशी अवस्था होती. पश्चिमेच्या पर्वतरांगेच्या तळपायथ्यातून या निबिड अरण्याची नानाविध रूपे अनुभवायला मिळत होती. खळाळत येणाऱ्या कुंथी नदीचे रूप तर अनोखं असंच होतं. काळ्याशार दगडांमधून वाहणारं तिचं पांढरंशुभ्र पाणी आणि त्यावर भोवतालच्या घनदाट हिरव्या अरण्याची हिरवट छाया पसरली होती. आता आम्ही कुंथीच्या पात्राजवळ येऊन पोचलो. येथे जीवन आणि निसर्गाला जोडणारा लोखंडी झुलता झुला (पूल) अलीकडच्या आणि पलीकडच्या अरण्याला जोडतो. मात्र मानवास जाण्यासाठी त्या पुलानंतर रस्ता नाही. केवळ घनदाट डोंगर अरण्य व घनगर्द कुंथीचं खोरं. तेथील दृश्य तर विलोभनीय दिसत होतं. या पुलाची लांबी असावी अंदाजे दोनएकशे फूट. अलीकडे डोंगर पलीकडे डोंगर मध्ये कुंथी नदीवरील पूल असा हा येथील प्रकार आहे. मी व डॉ. विजय इंगोले या पुलावरून चालत पलीकडच्या काठावर गेलो आणि दक्षिणेकडे पर्वतपायथ्यातून जाणाऱ्या नदीच्या खोऱ्याकडे नजर टाकली. हृदयाला जोडणाऱ्या एखाद्या महत्त्वाच्या धमनीप्रमाणे 'कुंथी नदी' या सदाहरितपर्णी

अरण्याला समृद्ध करते. अद्भुत असं अरण्याचं रूप पाहण्यास येथे मिळत होतं. त्याची मनसोक्त छायाचित्रं काढण्यात गुंग झालो होतो. एवढ्यात वेळ झाल्यामुळे सोबतच्या वनरक्षकाने परतीवर निघण्याच्या सूचना केल्या आणि आम्ही निघालो. पर्वतावर पडणाऱ्या पावसामुळे कुंथी नदी एकाएकी फुगून जाते, असंही त्याने सांगितले.

एकाएकी परत आभाळ झाकोळून आलं. कृष्णमेघांची हातमिळवणी सुरू झाली आणि क्षणार्धात पाऊसही सुरू झाला. मी सर्वांच्या पुढे असल्याने झपाझप चालून रानवाटेचा चढ-उतार पार करत होतो. कारण अंदाजे तीन-चार किलोमीटर अंतर सैरंध्री टॉवर पर्यंत पोचण्यासाठी पार करावयाचे होते. घनदाट वृक्षवेलींच्या छायेतून जाणारी रानवाट एखाद्या हिरव्या बोगद्याप्रमाणे वाटत होती. पावसाचा जोर अधिक वाढला. डोंगरवाराही सुटला. माझ्या चालण्याचा जोरही वाढला. एक वेळ अशी आली, की मागचे सर्व मित्र माझ्यापासून जवळपास दोन-तीन फर्लांगभर दूर राहिले. मला एकटेपण जाणवू लागला. हुरहुर वाटू लागली. झाडांच्या पानापानांतून पडणारा पाऊस भीतीयुक्त वाटू लागला. अंग पूर्णपणे चिंब भिजले होते. रेनकोट असूनही अंगावरचे आतील कपडे जवळपास भिजले होते. डोक्यापासून ते बुटापर्यंत नुसता पाझर फुटल्यासारखे झाले होते. प्लॅस्टिक बॅगमध्ये जिवापेक्षाही महत्त्वाचा वाटणारा इवलासा कॅमेरा गुंडाळून ठेवला होता. तो कॅमेरा फक्त कसाबसा कोरडा होता. कारण त्याला मी आतमध्ये छातीजवळ ठेवले होते.

झपाझप चालताना एका ठिकाणी रानवाटेवर दोन बाजूंना जाणारा रस्ता लागला आणि मी बुचकळ्यात पडलो. मनात भीती वाटू लागली. या वेळी एखादे श्वापद या निर्मनुष्य, अस्पर्श अशा रानवाटेवर जर पुढ्यात आलं, तर शरण जाण्याशिवाय मला गत्यंतरच नव्हतं. नाहीतर चुकीच्या रस्त्याने 'रानभूल' सुद्धा होण्याची शक्यता होती. पाऊस सुरू असल्याने आता थांबणही शक्य नव्हतं. धापही लागली होती. श्वास भरून आला होता. क्षणभर डोळे मिटले. निसर्गदेवतेला हात जोडले आणि परत कुठलीही भीती न बाळगता एक भयंकर चढ चढून वर आलो. वरच्या बाजूने म्युझियमची टुमदार इमारत नजरेत पडली आणि हायसं वाटलं. कोंडलेला श्वास हळूहळू मोकळा झाला. काही वेळाने सर्व सहकारीही आले. आल्याबरोबर प्रत्येकाने आपआपले कपडे झटकले. पायातील बूट काढले. प्रत्येकाच्या बुटात, सॉक्समधून कित्येक जळवांनी प्रवेश केला होता. डॉ. इंगोले

सरांच्या पायातील जळवांना चिमटीत धरून ओढले आणि अक्षरश: तेथे रक्ताची धारच लागली. थोड्या वेळाने ते बंद झाले आणि जीपमधून आम्ही परतीवर वनविश्रामगृहाकडे निघालो. हा प्रवास अंदाजे तीन तासांचा असावा. विश्रामगृह येईपर्यंत प्रत्येकजण आपल्या शरीराचा प्रत्येक अवयव पुन्हा पुन्हा तपासून पाहत होता. सूर्यास्त झाला. अंधाराची झुल पसरू लागली आणि सायंकाळी सात वाजता परत अद्भुतरम्य सायलेंट व्हॅली राष्ट्रीय उद्यानाच्या विश्रामगृहावर येऊन पोचलो. तेथेही आल्या आल्या प्रत्येकाने आपआपले कपडे, बूट काढून जोरजोराने झटकले. तेव्हाही जळवा निघतच होत्या. माझ्या ओल्या बुटांतून तीन जळवा परत निघाल्या. सर्वांनी आंघोळी केल्या. दुसरे कपडे घातल्यानंतरच सर्वांनी एकदाचा सुटकेचा निश्वास टाकला.

'सायलेंट व्हॅली राष्ट्रीय उद्यान' हे भारताच्या संपूर्ण दक्षिण घाटातील अनाघ्रात असं पावसाळी अरण्य म्हणून ओळखले जाते. दुर्मीळ अशा सिंहपुच्छ कपींचे (Liontailed Mascque) हे जगातील एकमेव आश्रयस्थान आहे. ८९.५२ चौरस किलोमीटर अतिसंरक्षित आणि १४८ चौरस किलोमीटर संरक्षित जंगल आहे. हा प्रदेश संगमरवरी दगडांचा भूभाग असून ८० टक्के जमीन हिरवळीने तर २० टक्के गवताळ पट्ट्यांनी व्यापलेली आहे. २५ प्रकारच्या सापांच्या प्रजाती या वैभवी अरण्यात आतापर्यंत शोधण्यात आल्या आहेत. अंदाजे पाच करोड वर्षांपासून हे अरण्य पावसाळी आहे. पालाक्कड जिल्ह्यात ते येत असून मन्नरकड येथून रोडने ४३ किलोमीटर तर कोझीकोडे येथून जवळपास १२५ किलोमीटर अंतरावर आहे. जीवन आणि निसर्गाला जोडणारा कुंथी नदीवरील पूल या अद्भुतरम्य राष्ट्रीय उद्यानाची साक्ष देतो. सायलेंट व्हॅली राष्ट्रीय उद्यान १५ नोव्हेंबर १९८४ ला अस्तित्वात आले असून उद्यानातील पर्वताची उंची ९०० ते २३०० मीटर एवढी आहे. अँगुडा पर्वतराजी सर्वांत जास्त म्हणजे २३८३ मीटर एवढी उंच आहे. दक्षिण पर्वतीय सदाहरितपर्णीय हा या अरण्याचा प्रकार असून येथे वाघ, बिबटे, रानकुत्रे, अस्वल, हत्ती, सांबर, रानगवे, हरिण, निलगिरी, माकड, किंग कोब्रा इ. वन्य प्राणी आहेत. जवळपास दोनशे प्रकारचे पक्षी या निबिड जंगलात असून त्यात पंकोळी, हार्स स्वैलो, क्रिस्टेड ट्री स्विप्ट, ट्री फ्रॉग, डोंगरी मैना, शेंदरी मिनीव्हेट इ. प्रकार आहेत.

१८४७ मध्ये सायलेंट व्हॅलीतील जलस्त्रोतांचा शोध लागला. १९१४ मध्ये त्याची दखल घेण्यात येऊन १९२८-२९ मध्ये सैरंध्री कुंथीपुरा संभावित

ऊर्जा प्रकल्पासाठी याची निवड करण्यात आली. १९७९ मध्ये जागतिक कीर्तीचे पक्षिशास्त्रज्ञ डॉ. सलीम अलींच्या ही बाब लक्षात आल्याने त्यांनी १९८० मध्ये तत्कालीन पंतप्रधान इंदिरा गांधी यांची भेट घेऊन सायलेंट व्हॅलीचे जैविक विविधतेच्या आणि पर्यावरणाच्या दृष्टीने महत्त्व पटवून दिले आणि येथील हायड्रो इलेक्ट्रिक प्रोजेक्ट रद्द करण्याची विनंती केली. त्यांना याचे महत्त्व कळले आणि १५ नोव्हेंबर, १९८४ रोजी हे राष्ट्रीय उद्यान म्हणून घोषित होऊन ७ सप्टेंबर, १९८५ रोजी राजीव गांधी यांच्या हस्ते त्याचे औपचारिक उद्घाटन झाले. १ सप्टेंबर, १९८५ ला निलगिरी जैविक अतिसंरक्षित एरियाचा सायलेंट व्हॅली राष्ट्रीय उद्यानात समावेश करण्यात आला.

एक अत्यंत महत्त्वाची बाब म्हणजे सायलेंट व्हॅलीमध्ये बंगालचा उपसागर आणि अरबी समुद्राकडून येणारे मोसमी वारे एकाच वेळी येऊन थडकतात आणि मान्सूनचा प्रथम पाऊस येथून सुरू होतो आणि नंतर हा पाऊस सर्वत्र भारतात पसरतो. नैर्ऋत्येकडून ईशान्येकडे व ईशान्येकडून नैर्ऋत्येकडे या दोनही मोसमी वाऱ्यांमुळे येथे वर्षभर पाऊस सुरू असतो.

सैरंध्री, कारटीमुंडी, निलगिरी इ. पर्वतांच्या ओंजळीत सायलेंट व्हॅली राष्ट्रीय उद्यान असल्याने ते मानवी हस्तक्षेपविरहित आहे. सर्व बाजूंनी उंच-उंच गिरिपर्वताच्या कपारी सर्वबाजूंनी असल्यामुळे या उद्यानाला नैसर्गिक संरक्षण मिळालं आहे. केरळ सरकारच्या यशस्वी वननीतीमुळेच हे शक्य झाले असावे.

हिरव्यागर्द केरळचे रंगलाघव निसर्गसौंदर्य, येथील प्रदूषणमुक्त वातावरण याचा परिणाम येथील जनतेवरही दिसून आला. कुठे भांडण नाही, तंटे नाहीत. रस्ते अत्यंत देखणे, परंतु त्यांवर कुठेही स्पीडब्रेकर नाही. उद्योगधंदे नसलेल्या केरळचा विकास दृष्ट लागावा असाच आहे, तो केवळ पर्यटनाच्या उद्योगामुळे. येथील माणसांचे स्वभावही नारळातील पाण्यासारखे शांत व सहकार्याचे वाटले. सुलतान बथेरी येथे रॉक आर्ट सोसायटी ऑफ इंडियाने बोलाविलेल्या आंतरराष्ट्रीय परिषदेनिमित्त आमचा सहा जणांचा चमू जवळपास दहा दिवस केरळमध्ये होता. त्यादरम्यान केरळचे जवळून दर्शन झाले. ते अत्यंत देखणे होते. पर्यटनाच्या एकमेव उद्योगावर विकास साधणारे ते देशातील एकमेव राज्य असावे.

जगातील विकसित देशांनी आपल्या विकासासाठी अमाप अशा उद्योगधंद्यांची उभारणी केली. परंतु विकासाबरोबर तेथे प्रदूषणही तेवढ्याच वेगाने वाढून पर्यावरणाचा प्रचंड असमतोल निर्माण झाला. परिणामी पृथ्वीवरच्या

हवामानात प्रचंड बदल होऊ लागला. कारखान्यांचे प्रदूषण आणि जंगलांचा ऱ्हास यांमुळे होत असलेला हा बदल मानवास धोक्याची घंटा आहे, हे या विकसित देशांच्या आता कुठे लक्षात आले. त्यामुळे त्यांनी आता भारतासारख्या नैसर्गिक संपत्तीचा अमाप खजिना असलेल्या देशाकडे जंगलं वाचविण्यासाठी मोर्चा वळविला. कारण या भूमीवर आहेत सुंदरबन, काझिरंगा, कान्हा, बांधवगड आणि अनाघ्रात सायलेंट व्हॅलीसारखी अरण्ये. यानंतर येणाऱ्या काळात ज्या देशांकडे नैसर्गिक संपत्ती आहे तोच देश श्रीमंत, हे अंतिम सत्य आहे. कारण दुर्दैवाने उद्या जर पृथ्वी एखाद्या नैसर्गिक आपत्तीत सापडली, तर केवळ भारतातील सजीव सृष्टीच टिकून राहील. सबंध पृथ्वीतलावर भारत हा असा एकमेव देश आहे, की जेथे ऋतुचक्रं क्रमानुसार बदलतात. ५० डिग्री उष्णतामानात टिकून राहणारे जीव येथे असून उणे २० च्या थंड वातावरणात आपलं अस्तित्व टिकवून ठेवणारे सजीवही येथे आहेत.

लाखो वर्षांपूर्वीच्या अत्यंत दुर्मीळ वनस्पती व जैविक विविधता अनाघ्रात अशा सायलेंट व्हॅली राष्ट्रीय उद्यानात आजही टिकून असून त्या मानवी स्पर्शापासून अतिसंरक्षित राहिल्या आहेत. ही विविधता भावी पिढीसाठीही टिकून राहणे अत्यंत गरजेचे आहे. कदाचित या वनस्पतींमध्ये मानवी जनुकांशी नातं जोडणाऱ्याही काही वनस्पती असाव्यात, ही बाब संपूर्ण भारतीयांसाठी अभिमानाची आहे.

–०–०–०–

२.
जंगलाचं देणं

तिन्हीसांजेची उन्हे उतरू लागली होती. वृक्षवल्लींच्या सावल्या परिसरावर पसरू लागल्या होत्या. अशातच माझी पावलं इंदला-वृंदावनच्या वनक्षेत्रात पडली. आम्रवृक्षाच्या मोहराचा मोहात पाडणारा सुगंध रानभर पसरला होता. साग, पळस, मोहा, बांबू इ. वृक्षांसोबत रानवाटेच्या दोन्ही बाजूंना रायमूनियाची झुडपं एकमेकांच्या हातात हात घालून उभी होती. क्षणभरातच पलीकडून मोराचे केकारणे ऐकू आले. एवढ्यात रायमूनियाच्या झुडपाखाली वाळलेल्या पानांचा कच् कच् आवाज ऐकू आला. दुर्बिणीतून निरीक्षण करताना आकाराने तो पक्षी लहान कोंबडीएवढा दिसत होता. शेपटी काळपट-तांबडी भुंडी असून अंगावर राखट-तपकिरी-त्यावर काळ्या-पिवळ्या व तांबूस रंगाच्या चकत्या होत्या. गळा तांबूस असून त्याभोवती काळ्या रंगाची तुटक तुटक रेघ दिसत होती. नर-मादी दिसायला सारखेच असतात. जोडीने किंवा थव्याने ते राहतात. गावाशेजारच्या माळरानात दिसत असल्याने त्यांना गावतित्तीर (Indian Grey partridge) असे म्हणतात.

रानात सर्वत्र शांतता पसरली होती. गवती तृणमेळ्यातून पायी चालतांना वातावरण भीतिदायक वाटत होते. येथे रानडुकरांचे भरपूर कळप आहेत. त्यामुळे सावधपणे निरीक्षणं करावी लागतात. पुढे रानवाटेवर अन्न मिळविण्यासाठी जमलेले होले जवळ पोचताच उडून जात होते. काही अंतरावर रानवाटेवर

नीलगाईंच्या मोठ्या लेंड्यांचा खच पडला होता. त्यात काही लेंड्या ताज्याही दिसत होत्या. रानावनांत नीलगाई सर्वत्र फिरत असतांना त्या आपली विष्ठा मात्र रानवाटेवर एकाच ठिकाणी टाकतात. यामुळे त्यांना आपल्या कळपातील सदस्यांच्या संख्येचा अंदाज येतो. यालाच 'मख्खर' असेही म्हणतात.

पुढे बांबूच्या रांजीजवळून चालताना बांबूच्या सावल्या अधिक घट्ट झाल्या होत्या. त्यामुळे संधिछाया पसरल्यागत वाटत होते. सोबत गार वारा आल्हाददायक वाटत होता. दोन्ही बाजूंनी वृक्षवेली अंगावर घेऊन त्यातून वाहणाऱ्या निर्झरात नानाविध पशुपक्ष्यांच्या हालचाली नजरेत पडल्या. उजवीकडे नाल्यात एकच खळबळ माजली. पाहतो तो पाच-सात लांडोरी पाण्यातून फडफडाट करत वर निघाल्या आणि क्षणार्धात पलीकडच्या वनात निघून गेल्या.

वृंदावनातून इंधला तलावाकडे जातांनाची रानवाट एखाद्या अनाघ्रात जंगलातून चालल्याचा अनुभव देत होती. दयाळ, शिंपी, बुलबुल, भोरी, मोर, लांडोर, कोतवाल, शिक्रा, सुतार, सातबाया इ. पक्ष्यांच्या अधिवासाने हा परिसर समृद्ध वाटत होता. नाल्यात एका ठिकाणी पाण्यातील दगडावर एकचित्त बसून समाधी लागलेल्या साधूसारखा ढोकरी शांतपणे भक्ष्याची वाट पाहत बसला होता. झुळझुळ वाहणाऱ्या नाल्याच्या क्षेत्रातील वातावरणात समाधी लागावी अशी शांतता मला तेथे अनुभवास येत होती. मी ती नेहमीप्रमाणे अनुभवत होतो. काही वेळातच समोर धडाडत चौखूर उधळल्याचा आवाज आला. माझी समाधी भंग पावली. चितळांचा कळप डावीकडून रानवाट ओलांडून बांबूच्या रांजीआडून उजवीकडच्या नाल्यात उतरला आणि लगेच वर चढून पलीकडच्या वनात पसार झाला. अवघ्या दहा-बारा सेकंदात हा कळप दिसेनासाही झाला. कुठलाही वन्य जीव सर्वप्रथम आपल्या सुरक्षिततेकडे जास्त लक्ष देतो. मानवापासून तर अधिकच काळजी घेतो. त्यातल्या त्यात कळपप्रमुख आपल्या कळपाची जास्त काळजी घेताना दिसत असतो.

इंधला तळ्याच्या दोन्ही बाजूंनी सातपुडा पर्वताच्या उपरांगा पसरल्या आहेत. दक्षिणेकडून गर्द वनराजीतून एक नाला येऊन या तळ्यास मिळतो. हेमंत ऋतूत हा तलाव चक्रवाक, घनवर, राखी कोहकाळ, कूट, ब्लॅकविंग्ड स्टिल्ट, पाणकावळे, अडई इ. स्थानिक आणि परदेशी स्थलांतरित पक्ष्यांनी गजबजलेला असतो. मात्र अलीकडे पाळीव प्राण्यांच्या सततच्या उपस्थितीमुळे बऱ्याच पक्ष्यांनी या तलावावर येण्यास पाठ फिरवली आहे. तसेच यावर्षी पोहरा, मालखेड, इंधला, केकतपूर, सावर्डी, शेवती इ. तलाव जास्त पावसाळ्यामुळे तुडुंब भरल्याने

तेथे चिखल व वनस्पती तयार होण्यास विलंब झाला आहे. त्यामुळे गेल्या कित्येक वर्षांपासून नियमित येणाऱ्या बहुतेक स्थलांतरित पक्ष्यांची अनुपस्थिती हा चिंतेचा विषय आहे. कारण गेल्या कित्येक वर्षांपासून या प्रत्येक तलावावर काही विशिष्ट जातीचेच पक्षी येतात. उदा., चक्रवाक सावर्डीच्या तळ्यावर तर राजहंस शेवतीच्याच तळ्यावर हजारो मैलांचा प्रवास करून उतरतात. या वर्षीचा हा खोळंबा त्यांच्या पुढील वर्षाच्या हिवाळ्यातील आगमनास अडथळा आणू शकेल काय. याचा अभ्यास करावा लागेल.

निसर्गात फारशी हालचाल न करता त्याच्या रंगरूपात एकरूप होऊन भटकताना निसर्ग आपलं रूप आकस्मिकपणे आपणास दाखवत असतो. मात्र आपल्यापासून कुठल्याही वन्यजीवाला असुरक्षित वाटणार नाही, असे वर्तन ठेवणे तेवढेच आवश्यक आहे. कारण अरण्य हे ईश्वराचं माहेर आहे. ईश्वराची अनेक रूपं तेथे पाहण्यास मिळतात. यातील प्रत्येक वृक्षवल्लरी, किडे-कीटकं, पशुपक्षी ही ईश्वराचीच रूपं आहेत. त्यांच्या जीवनाचा अभ्यास करता करता मन शुद्ध होते, स्वार्थ पळून जातो आणि 'हे विश्वची माझे घर' असं वाटू लागतं.

हेमंत ऋतू परतीवर लागला होता. शिशिराची छाया हळुवारपणे रानावर पसरू लागली होती. अस्वलीसारखे केस पसरलेल्या डावीकडच्या हिरव्या-हिरव्या बांबूच्या रांजीत पक्ष्यांच्या विशिष्ट हालचालीने माझं लक्ष वेधून घेतलं. मी परिसरात एकटाच होतो. सावध होऊन रडारप्रमाणे डोळे आणि कानावर सर्व लक्ष केंद्रित केलं. बारीक-सारीक हालचालीवर लक्ष ठेवून होतो. काही क्षणांतच विशिष्ट प्रकारचा घुटऱ्यानं, घुटऱ्यानं वास आला. असा वास असतो बिबट्याच्या उपस्थितीचा. मी एकटा असल्याने आता अधिकच सावध झालो. माझी पावलं सावधपणे त्या दिशेने पडत होती. बांबूच्या रांजीजवळून जाणाऱ्या कोरड्या नाल्यात हळुवारपणे उतरल्याबरोबर कुठल्यातरी शिकारी वन्यजीवाने तेथून पळ काढल्याचा आवाज आला. काही क्षणांतच तो पलीकडे पसार झाला. तेथून मी इंधला तलावाकडे जाण्यास निघालो. कोरडा नाला पार करता करता एका ठिकाणी चिखलात 'पाऊल ठसा' आढळला. ते होते बिबट वाघाचे पगमार्क. बिबट्याचे अस्तित्व या भागात असल्याचे ऐकीवात होते. परंतु त्याच्या पाऊलखुणा, त्याने काही दिवसांपूर्वी केलेली चितळाची शिकार यावरून ती पावले बिबट्याचीच याची पक्की खात्री झाली होती.

प्रख्यात वन्यजीवअभ्यासक जॉर्ज शेल्लर म्हणतो- एखाद्या प्राण्याच्या

अभ्यासाला त्याच्या प्रत्यक्ष दर्शनाचे दोनशे तास लागतात. जंगलात भटकंती किंवा वन्यजीवनिरीक्षण करताना एखादा प्राणी दिसला, की हवेच्या विरुद्ध दिशेने त्याचा पाठलाग करून त्याची निरीक्षणं करावीत. यासाठी मूठभर माती हवेत उधळली की वारा कोणत्या दिशेने वाहतो, हे लक्षात येते. वाघाचे किंवा बिबट्याचे निरीक्षण करताना ठरावीक अंतर राखावे. आपली हालचाल त्याच्या लक्षात येणार नाही की ज्यामुळे त्याला असुरक्षित वाटू लागेल, असे वर्तन करू नये. त्याच्या कामात व्यत्यय येईल असे वागू नये. कारण माणूस हा वाघाचे नैसर्गिक भक्ष्य नाही. खरे म्हणजे वाघाला माणसाची भीती वाटते. माणसाला वाघासहित इतर वन्यजीव टाळतच असतात. त्याच्या आश्रयस्थानातील जंगलाचा नाश झालेला असेल, तर तो कधीकधी माणसावर हल्ला करतो. महाभारतात म्हटल्याप्रमाणे -

न स्यात वनमृते व्याघ्रान् व्याघ्रन स्यर्भद्‌ते वनम्

वन हि रक्ष्यते व्याघ्रौर्व्याघ्रान् रक्षति काननम्

म्हणजे वन वाघाशिवाय सुरक्षित राहू शकत नाही. तसेच वनाशिवाय वाघही सुरक्षित राहू शकत नाही. जंगल हे वाघाचे रक्षण ते आणि वाघ जंगलाचे रक्षण करतो. भारतात १९४५ पर्यंत चित्ता वाघसुद्धा होता. चिरोडीच्या जंगलातही त्याकाळी चित्ता असल्याचे कळते. मात्र वनांचा अतोनात ऱ्हास, शिकारी यांमुळे त्याच्या आवागमनाचे संचारमार्ग तुटल्याने चित्ता भारतातून नामशेष झाला. पर्यावरण संतुलन न ठेवता झालेला मानवी विकास यामुळे आजची जंगलांची स्थितीही बिकट आहे. ती अशीच होत राहिली तर देशात राजबिंडा वाघ चित्त्याप्रमाणे नामशेष व्हायला वेळ लागणार नाही.

अमरावती शहराच्या पूर्वेकडे चार पावलांवर असलेल्या पोहरा, मालखेड, चिरोडी, मालेगाव, इंधला या भागात मिळून एकूण जवळपास १२ हजार हेक्टर वनक्षेत्र येते. यात बारतोंडी, आवळा, बहावा, आंबा, आपटा, अर्जुन, बाभूळ, पळस, मोहा, बेहडा, बेल, बिजा, बोर, चंदन, चिंच, धमण, धावडा, हल्दू, जांभूळ, उंबर, खेर, कुसुम, निंब, कडूलिंब, सालई सिताफळ, तिवस इ. वृक्ष आहेत. झुडपामध्ये भराटी, चिलाटी, दुधी, कोराटी, मुरूडशेंग, निर्गुडा, शिंदी, वाघोटी, धोत्रा, रानतुळस, रायमूनिया ही झुडूपवर्गीय वनस्पती असून येथे बांबूच्या रांजीही आहेत. काही ठिकाणी भुईकंद, अनंतमूळ, पळसवेल, शतावरी इ. वेलीही आहेत.

या अरण्यक्षेत्रात बिबट्या, तडस, कोल्हे, चितळ, चिंकारा, भेकड, वानर, सायाळ, सांबर, नीलगाय इ. वन्य जीव असून अलीकडे वाघाचे पाऊलठसेही

इंधला-पोहरा जंगलात आढळून आले आहेत. तसेच ढोकरी (पाँड हेरान), लहान बगळा, पांढऱ्या छातीचा खंड्या, मोर, लांडोर, वेडा राघू, सुतार, निळकंठ, सोनपाठी सुतार, हळद्या, वटवट्या, स्वर्गीय नर्तक, पांढरा व हिरवा धोबी, सूर्यपक्षी इ. पक्षीकुळे येथे आढळून येतात. यावरून या अरण्याची समृद्धता लक्षात येते. अलीकडच्या काही वर्षांपासून येथील जलाशयांवर येणाऱ्या स्थानिक आणि परदेशी स्थलांतरित पक्ष्यांच्या संख्येत अत्यंत घट झाली आहे. याचे मुख्य कारण म्हणजे या तलावावर मासेमारी फार मोठ्या प्रमाणात केली जाते. पक्ष्यांसाठी येथे मासेच शिल्लक राहत नाहीत. त्यामुळे ते अशा तलावांकडे पाठ फिरवत आहेत. याकरिता पाटबंधारे, कृषी आणि वनखात्याने मिळून मानवाकडून होणाऱ्या मासेमारीवर काही प्रमाणात निर्बंध घातले पाहिजेत. त्यासोबत पक्ष्यांना अन्न म्हणून लागणाऱ्या काही विशिष्ट जातीच्या मासोळ्यांचे मत्स्यबीज दरवर्षी येथील जलाशयात सोडले पाहिजे, तरच हे स्थलांतरित पक्षी हिवाळ्यात या तळ्यांकडे परत फिरू शकतील.

वाघ, बिबट्यासारखा प्राणी ज्या भागात त्याला भरपूर शिकार आणि पाणी मिळेल, अशाच भागात आपला अधिवास निवडतो. कारण त्याची ही अस्तित्वासाठी लढाई असते. त्या जंगलामध्ये काही भागात भरपूर तृणवर्गीय वनस्पती आहेत. त्यामुळे त्यावर जगणारे हरिणवर्गीय प्राणीही येथे आहेत. हरिणवर्गीय प्राण्यांची संख्या वाढली की ती वाघ-बिबट्यासारख्या शिकारी प्राण्यांची अन्नाची गरज भागवितो. त्यांच्या संवर्धन आणि प्रजननात मोलाची मदत करत असतो. त्यामुळेच वाघ-बिबट्याचे हे अरण्य आश्रयस्थान बनत आहे. मात्र इतर जंगलांप्रमाणे येथेही शिकाऱ्यांची नखं लागली असून जंगलात काही भागात वृक्षतोडही सुरू असते. पाळीव जनावरांचा वावर आणि शिकाऱ्यांचा बंदोबस्त कठोर धोरण स्वीकारून केल्यास इंधला-पोहरा-मालखेडचे हे जंगल-राज्यातील इतर वन्य जीवअभ्यासकांना खुणावू शकेल, यात तीळमात्र शंका नाही.

अमरावतीच्या जवळ असलेल्या या अरण्यक्षेत्रातील जैविक विविधतेचा, वन्यजिवांचा जवळून अभ्यास व्हावा यासाठी वनसंरक्षक, अमरावती यांनी निसर्ग प्रेमींसाठी जंगल पर्यटन योजना लवकरच सुरू करण्याचे ठरविले आहे. त्या दृष्टीने जंगलात विकासकामे, पाणलोट बंधारे, निरीक्षण मनोरे, पाऊलवाटा इ. मोठी कामे हाती घेतली आहेत. त्यामुळे अमरावतीतल्या निसर्ग पर्यटकांना पदभ्रमणाव्दारे वन्यजिवांचा अभ्यास करायला मिळणार आहे.

प्रत्येक आठवड्यात सुटीचा दिवस आला, की माझी पावलं या जंगलाकडे

वळतात. येथील रानवाटा तुडवत मी पशुपक्ष्यांचे निरीक्षण करतो. २०११ या नववर्षाच्या पहिल्याच आठवड्यात मला याच नाल्यामध्ये वाघाचेही पगमार्क मिळाले, ही अत्यंत आनंदाची वार्ता आहे. मात्र ते चिखलात असल्याने त्याबाबत नक्की अंदाज बांधता आला नाही. काही दिवसांपूर्वी वन्यजीव अभ्यासकाला पट्टेदार वाघ या भागात दिसल्याची बातमीही फोटोसह वाचायला मिळाली. त्यामुळे या जंगलाची ओढ आणखी वाढली. निसर्ग हा सजीव सृष्टीला नेहमीच आपल्या हजारो हातांनी भरभरून देत असतो. मलाही या जंगलांनी खूपकाही दिलं आहे. मी ते नेहमी वाचकांना देण्याचा प्रयत्न करत असतो. जंगलाचं देणं हेही त्यातील एक देणं.......

रोज सकाळी तांबड्या सूर्यकिरणांबरोबर नवीन जीवन जन्माला येते. चिरंतन नावीन्य म्हणजेच जीवन. जीवनाच्या आकर्षणाला अंत नाही. ते मला चारही दिशांतून हाका मारत असते आणि त्या ऐकू आल्या म्हणजे गाईने हंबरडा फोडताच तिचं पाडस जसं कानांत वारा घुसल्याप्रमाणे तिच्याकडे सुसाट पळत सुटते, तशीच माझी अवस्था होते आणि मी जंगलाकडे पळत सुटतो. कारण अरण्य म्हणजे जीवन आहे. त्याच्या आकर्षणाला अंत नाही. पायाखाली जमीन नसेल तर माणसाला उभे राहता येईल काय? झाडे-वनस्पती नसतील तर आपल्याला प्राणवायू मिळेल काय? सूर्यप्रकाश नसेल तर जगणे शक्य आहे काय? म्हणजेच निसर्गातील सारे घटक आपले जगणे शक्य आणि सुलभ करत असतात.

आपली पृथ्वी अवकाशातून निळसर-हिरवी दिसते, ती पाणी आणि वनस्पतींमुळे. वनस्पती म्हटल्या की, डोळ्यांपुढे उभा राहतो तो हिरवा रंग. हा रंग वनस्पतींना प्राप्त होतो हरितद्रव्यामुळे. अर्थात क्लोराफिनमुळे. हिरवा रंग हा पृथ्वीवरील संपूर्ण सजीव सृष्टीच्या अस्तित्वाचे रहस्य आहे. सर्व अन्नपदार्थांच्या निर्मितीचा तोच एकमेव स्रोत आहे. वातावरणातील प्राणवायूच्या उत्पत्तीचे कारणही तेच आहे. झाडाचे बी आणि मानवी जनुकं सारखेच कार्य करतात. उपनिषदामध्ये ज्ञानाची परिभाषा म्हणून उल्लेख आहे. ऋतूंचा आस्वाद घेण्यासाठी झाडांसारखे निर्मितिक्षम हृदय असणे आवश्यक आहे. म्हणून निसर्ग पर्यावरणाचे संतुलन हेच मानवी जीवनाच्या संतुलनाचे गमक आहे. कारण जंगलं ह्या जीन बँका आहेत. ऑक्सिजनचे कारखाने आहेत. सृष्टीच्या पुनर्निर्मितीची क्षमता या रानावनांत आहे. कवी बी यांनी म्हटल्याप्रमाणे -

हे विश्वाचे आंगण, आम्हा दिले आहे आंदण.

३.
पैनगंगा अभयारण्य

अरण्यपहाट जागी झाली आणि माझी पावलं 'चिखली वन' रानाकडे वळली. दोन-तीन दिवसांपासून ढगाळ वातावरण असल्यामुळे सूर्यदर्शन दुर्मीळ झाले होते. आज पाखरपहाटेपासून दिगंतरात सूर्य आणि ढगांचा लपंडाव सुरू होता. हेमंत ऋतूमुळे वातावरणात गारवा वाढला होता. चिखली वनग्रामच्या वनविश्राम-गृहापासून चार पावलं पुढे पडत नाहीत तोच बाजूच्या नाल्याच्या पलीकडून एक भल्या मोठ्या पंखाचा पक्षी उजवीकडच्या अर्जुनावर येऊन बसला. आकाराने तो घारीपेक्षा मोठा असून गडद उदी रंगाचा होता. डोक्यावर काळ्या-पांढऱ्या रंगाचा तुरा विशेष लक्ष वेधत होता. खालून पिंगट-उदी रंग, त्यावर काळे-पांढरे ठिपके व बारीक काड्या दिसत होत्या. उडताना शेपटीवर पांढरा पट्टा उठून दिसत होता. तसाच पट्टा पंखांवरही होता. नर-मादी दिसायला सारखेच असतात. कर्कश आवाजात शीळ घालतात. जंगलाच्या टापूवर, नदी-नाल्याच्या काठावर एकटा किंवा जोडीने तो आढळून येतो. कॅमेऱ्यात बंदिस्त करता करता त्याने आणखी एक भरारी घेतली आणि दूरवर वनात निघून गेला. पाखरपहाटे पहिल्या भक्ष्याच्या शोधात त्याने ही भरारी घेतली. नभात उडता उडता खालून त्याचा आकार, रंगसंगती, पंखाखालील विशिष्ट प्रकारची नक्षी इ. ओळखींवरून तो 'शिखी सर्पगरुड' होता, हे लक्षात येण्यास मला फारसा वेळ लागला नाही.

एवढ्यात नाल्याच्या पलीकडे लक्ष गेलं. एका

बोडक्या वृक्षाच्या उंच फांदीवर पाच पांढऱ्या मानेचे करकोचे (Whitenecked stork) बसले होते. भल्या पहाटेचं कोवळं ऊन अंगावर घेऊन त्याद्वारे ऊर्जा मिळवून त्यानंतर अन्नाच्या शोधात निघण्यापूर्वीचा त्यांचा हा प्रयत्न होता. मी, निसर्गसखा विलास, देवेंन्द्र आणि पाठक दुचाकीने मोरचंडी रस्त्याने यवतमाळ जिल्ह्यातील पैनगंगा अभयारण्याकडे निघालो.

सूर्यप्रकाश अजूनही जंगलावर उतरला नव्हताच. साग, तिवस, ऐन, अर्जुन, आंबा, साजड, मोहा, चिंच इ. वृक्षागारातून प्रवास सुरू होता. आजूबाजूच्या तृणांवरून रानचिमण्यांचे थवेच्या थवे आमच्या उपस्थितीमुळे भरारी घेत होते. काही वेळाने गाडी थांबून पायी एका खोऱ्याकडे निघालो. काळ्या काळ्या शिळेवरून पडणाऱ्या या पाण्याची पुसटशी धार त्याच्या जवळ पोहचताच धबधब्यात रूपांतरित झाली होती. तेथून ते पाणी नाल्यात उतरत होते. वृक्षलता, झुडपं आणि वनस्पती इ. ची उपस्थिती वन्यजिवांसाठी चांगला अधिवास वाटत होता. नानाविध पाखरांची बऱ्यापैकी हालचाल येथे दिसून येत होती. त्यात होते शिक्रा, भोरी, पारवे, कोतवाल, पाँड हेरान इ. पक्षी. काही वेळातच मोरचंडी गावाजवळ येऊन पोचलो.

हलकासा सूर्यप्रकाश आता हळूहळू पैनगंगा अभयारण्यावर पसरू लागला होता. मोरचंडी गावातून जवराळा अरण्यक्षेत्राकडे जाण्याच्या मार्गावर लागलो. तोच रस्त्यावर जवळपास तीन हजार गुरंढोरं ठाण मांडून बसली होती. अंदाजे एक फर्लांगभर रस्ता संपूर्णपणे त्यांनी व्यापून टाकला होता. मला आश्यर्यच वाटले. अभयारण्यातील या गावची लोकसंख्या जेमतेम हजार-दीड हजार आणि गुरांची संख्या तीनएक हजारच्या आसपास म्हणजे माणसांपेक्षा गुरेच जास्त. जंगल कसं वाचेल? पैनगंगा अभयारण्यात अशी बारा गावे आहेत. यावरून या अरण्याची बिकट अवस्था सहज लक्षात येते. गोधनाची ही वाट पार करण्यासाठी आम्हाला काय युक्त्या आणि कष्ट करावे लागले हे आम्हालाच माहीत. जवळपास पाच-सात किलोमीटरपर्यंत रस्त्याने गुरांचीच पावलं आणि त्यांच्या शेणाने माखलेला रस्ता दिसत होता.

पुढे दगडधोंड्यांचा अतिशय बिकट रस्ता दुचाकीने पार करता करता निसर्गसखा देवेंद्र तेलकर आणि पक्षीअभ्यासक विलास देशमुख यांची कसरत जीवघेणीच वाटत होती. कारण दोन्ही गाड्यांवर मी व निसर्गमित्र पाठक मागे जीव मुठीत धरून बसलो होतो. पुढे रानवाटेच्या दोन्ही बाजूंनी गर्द जंगल पसरले होते. कुठे कुठे तेथील अरण्यभूमीवर सूर्यप्रकाशही पोचत नव्हता. या अरण्यक्षेत्रात

फळांची झाडे अत्यंत कमी आहेत. त्यामुळे पक्ष्यांची संख्याही फार कमी दिसून येते. माझ्या तीन दशकांच्या अभ्यासावरून एक बाब सहज लक्षात येते, ती म्हणजे साग हा वृक्ष जंगलाला लागलेलं एक प्रदूषणच आहे. त्याच्या फळाफुलांचा उपयोग पक्ष्यांना फारसा होत नाही. तसेच सागाच्या आसऱ्याने कुठलाच वन्यजीव राहू शकत नाही. मग झाडांचा उपयोग काय? महाराष्ट्रातील बहुसंख्य वनांत हीच अवस्था आहे. त्याऐवजी आंबा, बेल, आवळा, उंबर इ. फळांचे वृक्ष लावले गेले पाहिजेत. पशुपक्ष्यांची कुळं वाढवावयाची असतील तर ह्या फळझाडांची लागवड करणे अत्यंत आवश्यक आहे. पैनगंगा अभयारण्यात ही बाब इतर जंगलापेंक्षा आवश्यक आहे.

जवराळा भागात पोचेपर्यंत रानवाटेवर एकाही वन्य प्राण्याची पाऊलखूण, विष्ठा नजरेत पडली नाही. कारण रानवाटेवरील वन्यजिवांच्या पाऊलखुणाच त्यांच्या जंगलातील अस्तित्वाचे महत्त्वाचे पुरावे असतात. पैनगंगा अभयारण्यातील गावे, त्यांतील माणसं आणि बेसुमार गुरंढोरं यामुळे या अभयारण्याची स्थिती अत्यंत बिकट अवस्थेत येऊन पोचली आहे.

नभामध्ये ढगांची भाऊगर्दी सुरू होती. त्यामुळे अजूनही सूर्यप्रकाश पाहिजे तसा नव्हता. काही वेळाने जवराळा गावाअगोदर उजवीकडे वळून आमच्या दुचाकी गाड्या थांबल्या. तृणमेळ्यातून पुढे आलो तर काय आश्चर्य? नजरेसमोर कमलपुष्पांनी बहरलेले दोन जलाशय आणि त्यातील स्थलांतरित दुर्मीळ पक्ष्यांच्या हालचालीने परिसरावर चैतन्य पसरलं होतं. अडई, पाणपिपुली, कुट, जकाना, पाणकावळे, घनवर (स्पॉटबिल डक) इ. पक्ष्यांच्या हालचालीने तळ्याला कंठ फुटला होता. एवढ्यात पाठीमागून वादळ घोंगावत आल्यासारखा आवाज कानी पडला. पाहतो तो नभात डोक्यावरून जाताना एखादं वादळ निघून जावं असा आवाज येत होता. तलावाच्या पलीकडे जाऊन थवा परतायचा आणि परत परत डोक्यावरून जायचा. आमच्या उपस्थितीमुळे त्यांच्या कामात व्यत्यय निर्माण झाला होता. जवळपास एक तास नभात हे वादळ घोंगावत होतं. त्यांच्या थव्याच्या येरझारा सतत सुरूच असल्यामुळे माझा इवलासा कॅमेराही त्यांच्या छायाचित्रांसाठी थव्यामागेच फिरत होता. त्यामुळे काही वेळाने माझी मानही दुखून आली. सोबतचा पक्षी-मित्र विलास देशमुख आणि पाठक तळ्यातील इतर पक्ष्यांच्या छायाचित्रे घेण्यात गुंग झाले होते. थव्याच्या छायाचित्रानंतर मग मीही त्या सुंदर अशा कमलपुष्पांच्या तलावाचे आणि त्यातील पक्ष्यांचे मनसोक्त

छायाचित्र घेऊ लागलो. स्पॉटबिल डक पक्ष्यांची असंख्य पिल्लं कमल तलावातील घरट्याजवळ विहार करत होती. काही पिल्लं अन्न मिळविण्याचा प्रयत्न करत होती, तर काही पाण्यात डुबकी घेऊन वर येत होती. ही पिल्लं तलावाच्या वातावरणात एवढी मिसळली होती, की दुर्बिणीतूनही त्यांना शोधण्याची धडपडच करावी लागत होती. घनवर (Spotbill Duck) हा पक्षी आकाराने बदकाएवढा असतो. पिसांवर खवल्या-खवल्यांसारखी पिवळट व गडद उदी रंगाची चिन्हे असतात. पंखांची बाजू पांढऱ्या व तकतकीत हिरव्या रंगाच्या दुरंगी पट्ट्याने उठून दिसते. पाय नारिंगी-तांबडे दिसतात. काळ्या चोचीचे टोक पिवळे असून चोचीच्या बुडाशी कपाळाच्या दोन्ही बाजूंना दोन नारिंगी रंगाचे ठिपके उठून दिसतात. नर-मादी सारखेच असतात. दक्षिणेकडे कर्नाटक आणि काश्मीर भागातील निवासी असून ते भटके आणि स्थानिक स्थलांतर करणारे आहेत. जुलै ते ऑक्टोबर या काळात घनवर पक्ष्यांची वीण होते. झिलाणी, नद्या आणि सरोवरे ही त्यांची निवासस्थाने आहेत. जवराळा येथील हे दोन्ही तलाव एकमेकांना लागूनच असून दोन्ही तलावांवरील स्थलांतरित पक्ष्यांचे समृद्ध पक्षीजीवन पैनगंगा अभयारण्याला मिळालेलं वरदानच म्हणावे लागेल. स्पॉटबिल डक या स्थलांतरित पक्ष्यांची वीण येथे होते म्हणजे त्यांना अन्न, निवारा येथे मुबलक प्रमाणात मिळत असावा. कदाचित एवढ्या मोठ्या प्रमाणात त्यांची येथील उपस्थिती महाराष्ट्रातील कुठल्याच तळ्यावर नसावी, असे मला वाटते.

जंगल पर्यटन हा छंद आनंदी जीवन जगण्याचा अत्यंत चांगला मार्ग आहे. त्यामुळे वन, वन्य जीवन आणि पशुपक्ष्यांच्या रहस्यपूर्ण जीवनाचे ज्ञान मिळते. मात्र जंगलात पर्यटन करताना काही नियम प्रत्येकाने पाळणे अत्यंत आवश्यक आहे. सर्वांत महत्त्वाची बाब म्हणजे जंगलात आपल्या उपस्थितीने, आवाजाने वन्य प्राण्यांना असुरक्षित वाटेल, असं कृत्य करू नये. भडक कपडे घालू नयेत, जंगलाच्या रंगात मिसळेल असाच गणवेश असावा. मद्यपान, सिगरेट इ. बाबी करू नयेत. दुर्बिण, कॅमेरा आणि पायात बूट असणेही तेवढेच आवश्यक आहे. जंगलात पर्यटन करताना एखादा प्राणी आढळल्यास त्याला न दिसता पाठलाग करावा, म्हणजे त्या वन्यजिवाचा अभ्यास करता येईल. प्रख्यात वन्यजीव अभ्यासक जॉर्ज शेल्कर असे म्हणतात की, ''जशी संगीतकाराला-गायकाला बैठक लागते, तशी वन्य प्राणीनिरीक्षणालाही लागते. कारण ती एक साधना आहे. निसर्गाचा अभ्यास करताना आपल्या मनातही निसर्ग फुलवावा. वातावरणाशी एकरूप व्हावे.

पावलापावलांवर बदलणारं निसर्गाचं रूप शब्दांत बांधावं. आपण स्वत: निसर्गाचा घटक आहोत, ही जाणीव ठेवावी. म्हणजे त्याच्याशी गुजगोष्टी करणे सोपे जाते आणि हळूहळू निसर्गातील गूढ रहस्य शोधण्याची जिज्ञासा वाढते. ईश्वराचं साक्षात रूप पाहायचे असेल तर प्रत्यक्षात जंगलांमध्ये, अभयारण्यामध्ये दिसेल.''

अभयारण्य ही वैश्विक संपदा आहे. जीन बँका आहेत. सृष्टीच्या पुनर्निर्माणाची क्षमता त्यात आहे. अभयारण्य हे सजीव सृष्टीला मोफत शुद्ध ऑक्सिजन पुरविणारे कारखाने आहेत. सजीव सृष्टीच्या जीवनातील अनेक रहस्यं या अरण्यात अनुभवायला मिळतात. पावलापावलावर निसर्गाची अनेक अद्भुत रूपं पाहण्यास मिळतात. निसर्गाचा एक घटक म्हणून ते अनुभवण्याचा प्रयत्न प्रत्येक पर्यटकाने, अभ्यासकाने केला पाहिजे. मात्र त्यासाठी अरण्य पर्यटन जंगलाची शिस्त पाळूनच केले पाहिजे. झाडांच्या सहवासामुळं मनाचं आरोग्य चांगलं राहतं. अशी माणसं झाडांपेक्षा उंच होतात.

महाराष्ट्रातील बहुतेक अभयारण्यांमध्ये पर्यटनाला भरपूर वाव आहे. पर्यटकांना राहण्यासाठी निवारा, कच्च्या रस्त्यांचे जाळे, भटकंतीसाठी चांगली वाहने आणि अभ्यासू गाईड असणे आवश्यक आहे. यासोबतच वनकर्मचाऱ्यांची सकारात्मक भूमिका महत्त्वपूर्ण ठरू शकते. राज्यात जंगल पर्यटन हा उद्योग वन आणि वन्यजीव संवर्धनात मोलाची भूमिका पार पाडू शकतो. त्यासाठी राजकीय इच्छाशक्ती आणि वन प्रशासनाची योग्य सांगड असणे आवश्यक आहे. मध्य प्रदेश आणि केरळ ही राज्ये संपूर्ण भारतात जंगल पर्यटनात सर्वांत आघाडीवर आहेत. त्या धर्तीवर महाराष्ट्रातील अभयारण्यांमध्ये विशेष पावलं उचलली गेली पाहिजेत. नव्हे, ती काळाची गरज आहे. विदर्भातील चंद्रपूर जिल्ह्यातील ताडोबा-अंधारी व्याघ्रपर्यटन सध्या राज्यात अत्यंत यशस्वी ठरत आहे. तसा प्रयत्न राज्यातील भीमाशंकर, रेहकुरी, नान्नज येथील माळढोक अभयारण्य, भंडारदरा पक्षीअभयारण्य, मयूरेश्वर अभयारण्य, संजय गांधी राष्ट्रीय उद्यान, बुलडाणा जिल्ह्यातील ज्ञानगंगा, अकोला जिल्ह्यातील काटेपूर्णा, अमरावती जिल्ह्यातील मेळघाट व्याघ्र प्रकल्प, भंडारा-गोंदिया जिल्ह्यातील नवेगाव, नागझिरा, यवतमाळ जिल्ह्यातील पैनगंगा अभयारण्य इ. अभयारण्यांमध्ये झाला पहिजे.

बुलडाणा जिल्ह्यातील 'जाईचा देव' येथे पैनगंगा नदीचा उगम आहे. यवतमाळ जिह्यातील उमरखेड तालुक्यात असलेल्या या पैनगंगा अभयारण्याला जैविक समृद्धी लाभली आहे. पैनगंगा अभयारण्याला तीनही बाजूने स्पर्शून पैनगंगा

नदी पुढे काही अंतरावर गोदावरीला मिळते. अकोला वन्यजीव विभागात येणाऱ्या पैनगंगा अभयारण्याची स्थापना १ जानेवारी १९९६ रोजी झाली. जवळपास साडेचारशे चौ.कि.मी. च्या या अरण्यात साग हा प्रमुख वृक्ष असून त्याच्या सोबतीला ऐन, मोका, हल्दू, अर्जुन, धावडा, आवळा, मोह, चारूळी, चिंच इ. वृक्ष आहेत. जंगलाचा श्वास आणि वज्यजिवांच्या साखळीतील प्रमुख स्थानी असलेला वाघ आज येथे नसला तरी बिबट, अस्वल, चितळ, चिंकारा, सांबर, भेकड, रानकुत्रे, तडस, कोल्हे, खवलेमांजर, रानमांजर, मसण्याउद इ. वन्यजिवांचा वावर येथे असल्याचे समजते. तसेच सरपटणाऱ्या प्राण्यांमध्ये नाग, अजगर, फुरसे, मण्यार, धामण, घोणस, लाल तोंडाचे सरडे, घोरपड इ. सरपटणारे प्राणी आहेत. सोनधाबी आणि सहस्त्रकुंड धबधबा हे पैनगंगा अभयारण्याचं प्रमुख आकर्षण आहे. अकोला वन्य जीवविभागाच्या आधिपत्याखाली हे अभयारण्य येते.

माझ्या मते मानवाने अग्नीचा शोध ज्या दिवशी लावला, तो दिवस पर्यावरण ऱ्हासाच्या शुभारंभाचा पहिला दिवस असावा. कारण स्वत:ला बुद्धिवान समजणारा मानव स्वत:चा विकास जसजसा साधत गेला, तसतसा त्याचा प्रवास पर्यावरण ऱ्हासाकडे होत चालला. कदाचित विनाशाचीही ती सुरुवातच असावी. हवामान बदलाचे दृष्य परिणाम आता जगभर जाणवू लागले आहेत. ऋतुचक्रामध्ये बदल होत चाललेले आहेत. लोकसंख्येची भस्मासुरी वाढ, झपाट्याने होत चाललेले शहरीकरण यांमुळे जंगलांचा वेगाने ऱ्हास होत चालला आहे. कार्बनडाय ऑक्साईडचे प्रमाणही वाढत चालले आहे. कारखाने आणि वाहनांचे प्रदूषण ही समस्या पर्यावरण असमतोलात महत्त्वाचा हातभार लावत आहे. या सर्व बाबींवर वन आणि वन्यजीव संवर्धनाविषयी जनजागृती होणे अत्यंत आवश्यक आहे. या कामी गती येण्यासाठी संयुक्त राष्ट्रसंघाने २०११ हे आंतरराष्ट्रीय वनवर्ष म्हणून जाहीर केले आहे.

महाराष्ट्रात ३३ टक्के वनक्षेत्र आवश्यक असताना केवळ २० ते २१ टक्के वनक्षेत्र शिल्लक आहे. याचा गांभीर्याने विचार केला गेला पाहिजे. गेल्या २५ वर्षांत जगातील १५ टक्के जैवविविधता नष्ट झाली आहे. कारण जमिनीवरील एकंदर जैवविविधतेपैकी ८० टक्के जैवविविधता वनांमध्ये आहे. जगाच्या एकूण भूक्षेत्रापैकी ३१ टक्के क्षेत्र जंगल आहे. लाकूड आणि अन्य वनोत्पादनासाठी ३० टक्के जंगलाचा वापर होत आहे. जगातील १.६ अब्ज लोकांचे जीवनमान जंगलांवर अवलंबून आहे.

४.
चैत्रपालवीतील वन्य जीवन

सांजवेळी मेळघाटातील पिपलपडावच्या रानात प्रवेशलो. शिशिराच्या सरत्या पानगळीत वसंत ऋतूची हळुवार पावलं पडू लागली होती. अरण्यातील झाडं बोडखी दिसत होती. रानवाटा वाळल्या राखोडी पानांमध्ये झाकल्या गेल्या होत्या. शेंदऱ्या रंगाच्या फुलांनी डवरलेल्या पळसाचा साज उतरून त्याला डांगोडांगी शेंगा लटकल्या होत्या. कुसुमाची झाडं लाल-तांबड्या कोवळ्या पानांनी अंकुरली होती. लाल रंगाच्या फुलांनी शाल्मली नवतरुणीसारखी नटली होती. नदीकाठचा औदुंबर हिरव्या फळांनी लदबदला होता. मोहवृक्षाच्या पांढऱ्या दुधाळ आणि रसाळ फुलांचा मोयान मोयान सुगंध जंगलात दरवळला होता. त्यावर असंख्य रानपाखरांचे वसंतगान सुरू होते. मोहफुलं भरपेट खाऊन झाल्याने कोतवाल, बुलबुल, मैना व इतर पक्षी झिंगू लागले होते. चैत्र हा खरा वसंत ऋतूचा आत्मा आहे. मधुमास आहे. तसाच तो कुसुमाकर आहे. या महिन्यात परागांवर वसंत खरोखरच लोळत असतो. ऋतुराज वसंताचे लक्षण ज्ञानेश्वरांनी सुंदर रीतीने केले आहे : **'जैसे ऋतू पतीचे द्वार वनश्री निरंतर, वोळगे फळभार लावण्येसी.'**

पिपलपडावच्या कृत्रिम पाणवठ्यावर पाखरांची गर्दी वाढू लागली. कोतवाल, टकाचोर मात्र पाणवठ्याच्या शेजारच्या बोडख्या सागवृक्षाच्या फांदीवर बसून पाण्यावर येणारे किडे-कीटक शोधत होते.

रानवाटेने भ्रमण करता करता उजवीकडच्या जंगलात वृक्षांच्या पसाऱ्यात अस्पष्टपणे अशी भीमकाय काळी शिळा दिसू लागली. हळूहळू तेथे गेल्यावर पहातो तो काळा-काळा चंद्रकोरी शिंगाचा रानगवा नर पाणवठ्यावर पाणी पीत होता. आमच्या आगमनाने प्रथम तो थोडा दचकला. मात्र काही धोका नाही हे लक्षात आल्यावर त्याने मनसोक्त पाणी पिणे सुरू केले. बाजूच्या बांबूच्या रांजीच्या आडोशाने एक मादी आपल्या पिलासोबत उभी होती. ती पिलांच्या रक्षणासाठी धडपडत होती. बाजूलाच आणखी दोन वयात आलेले रानगवे. असं हे पाच रानगव्यांचं कुटुंब फिटकरी पाणी नावाच्या पाणवठ्यावर उपस्थित होतं. आम्ही २५-३० फुटांवरून मनसोक्त छायाचित्रं काढत होतो. एवढ्यात पाणवठ्यावरील पाच रानगव्यांच्या नायकाने आमच्याकडे पाहून एक फूत्कार टाकला. पावलं माघारी घेऊन आम्हीही पुढे निघालो. कारण प्रत्येक वन्यजिवाची आपली एक लक्ष्मणरेषा असते. वन्य जीवअभ्यासक ती कधीच पार करत नाही. सुरक्षितता हे त्यामागील कारण आहे.

रानगवा हा प्राणी वृषभ वर्गातील सगळ्यांत मोठा जंगली प्राणी आहे. भारतात ते सर्वच जंगलांत आढळतात. पूर्ण वाढलेल्या रानगव्याचे वजन जवळजवळ एक हजार किलो असते. उंची सहा फूट एवढी तर शिंगे भरीव व मोठी असतात. पायाच्या पोटरीपासून खाली पांढरा रंग असतो. नर रंगाने काळा असतो. प्रशस्त डोके व प्रचंड शरीर हे याचे वैशिष्ट्य आहे. त्याचे डोळे तपकिरी रंगाचे असतात. रात्री डोळ्यांवर विजेरीचा प्रकाश टाकला तर ते निळसर रंगात चमकतात. गवा हा ओलसर व दमट हवामानात असलेल्या जंगलात वास्तव्य करणारा वन्यजीव आहे. सकाळी ऊन पडण्यापूर्वी व सायंकाळी ऊन उतरल्यावर गवे गवत चरायला बाहेर पडतात. गवत, वृक्षलतांची पानं, झाडांच्या साली हे त्यांचे खाद्य आहे. त्यांना खायला भरपूर लागत असल्याने पाणवठ्याच्या आसपास राहतात. गव्याचे घ्राणेंद्रिय अतिशय तीक्ष्ण असल्याने त्याला संकटाची चाहूल पटकन लागते. सामाजिक व्यवस्थापनाचा एक भाग म्हणून गवे कळपाने राहतात. कळपातील प्रत्येक सभासदाला सामाजिक दर्जा असतो आणि त्यानुसार सभासदाचे कळपातील स्थान ठरते. बहुधा अनुभवी नरगव्याकडून कळपाला मार्गदर्शन होत असते. मात्र प्रजोत्पादन हंगामात नरांमध्ये लढाया होतात. ग्रीष्म ऋतू हा त्याचा विणीचा हंगाम आहे.

कोलकास हे मेळघाटचं हृदयस्थान आहे. बांबूच्या रांजीतून सूर्यास्त होऊ

लागला होता. वनविश्रामगृहावर पोचताच उंच अशोकाच्या टोकावरून तुतारीसारखा आवाज आला. पाहतो तर तेथे काळेकंकर (Black Ibis) बसले होते. आमच्या आगमनाने तेही उडू लागले. पलीकडून आणखी काळेकंकर आले आणि ती पंधरा काळ्या पक्षांची माळ उडत उडत खाली सिपना नदीकाठच्या निसर्गसृष्टीत जाऊन मिसळली. पूर्वेकडे तोंड असलेले हे हिरव्या पाचूतील वनविश्रामगृह आहे. १९७० साली एका उंच पर्वतटेकडीला सपाट करून ते बांधण्यात आले आहे. खाली इंग्रजी एस आकारातील सिपना नदीने येथील वन आणि वन्य जीवसृष्टीला समृद्ध केले आहे. निसर्गसौंदयाचं मनोहारी रूप येथे पाहण्यास मिळते.

चैत्र पौर्णिमा दोन दिवसांवर असल्याने चंद्रमाचा दुधाळ प्रकाश हळूहळू येथील निसर्गसृष्टीवर पसरू लागला होता. रातवा पक्ष्याचे चक्कू, चक्कू अरण्यगान सुरू झाले. पलीकडून मोराचा मियाऊ, मियाऊ आवाज आला. सांबर नर ढाकाने पोंक् असा मोठा आवाज दिला आणि वातावरण भारून गेले. विश्रामगृहाच्या समोरच लॉनवर सिमेंटचे बेंच ठेवले आहेत. त्यांतील एका तरुण आम्रवृक्षाखालच्या बेंचवर आम्ही शांतपणे बसलो होतो. वरून सिपनेच्या पात्रातील वनसौंदर्य पाहण्यात मग्न झालो होतो. पात्रात दूरवर सहा रानगव्यांचं कुटुंब सावकाशपणे राखी डोहाकडे येऊ लागलं होतं. आम्ही शांतपणे हे अनुभवत होतो. नव्हे, येथील सृष्टिसौंदर्याने आमच्यावर मोहिनी घातली होती. रणजित राजपूत हेही एक निसर्गमित्र. ते मात्र अधूनमधून वरच्या झाडाकडे पाहत होते. उत्सुकतेपोटी मी त्यांना विचारले असता ते म्हणाले– पाण्याचे तुषार त्यांच्या अंगावर पडत आहेत. आकाश निरभ्र असताना पाणी कोठून पडते म्हणून त्यांच्या जागी बसून मीही हा अनुभव घेतला. आम्रतुषाराने मीही पुलकित झालो. त्या आम्रवृक्षाच्या टोकावरील पानापानातून उन्हाळ्यात असे पाण्याचे तुषार सोडले जातात. खोडावाटे जमिनीतील पाणी शोषून झाडाच्या टोकापर्यंत जाते आणि सांजप्रहरीनंतर ते तुषाररूपाने सोडले जाते. रानावनांतील कुसुम्ब वृक्षसुद्धा असाच अनुभव भर उन्हाळ्यात देत असतो. मी मात्र अनुभवाने तृषार्थ झालो होतो. काही वेळाने जेवणं आटोपून सर्वजण झोपी गेलो.

काळ्या कंकर पक्ष्यांच्या आवाजाने माझी रानपहाट जागी झाली. व्हांड्यात येऊन उभा झालो. पाखरपहाटेचा रानवारा गोंजारत होता. काही वेळातच रानवाचनास सिपनेच्या पात्रात उतरलो. राखी डोहाजवळ एका सागवृक्षावर धनेश पक्ष्याची जोडी प्रणयक्रीडेत मग्न झाली होती. नदीच्या काठावर अर्जुन, पिंपळ, उंबर अशी मोठमोठी झाडं आहेत. त्यांच्या गर्द छायेतून पलीकडच्या रानांकडे पावलं पडली.

रानवाटेने चालता चालता वाळलेल्या पानावर पावलं पडल्याने कच् कच् आवाज येत होता. मोहफुलांच्या सुगंधाने रान भारून निघालं होतं. शुष्पकर्नगळीच्या मेळघाटात या काळात सर्वत्र पानगळ झालेली दिसत होती. त्यामुळे झाडं पर्णहीन झाली होती. बोडखी होत चालली होती. त्यामुळे दूरपर्यंत वन्यजिवांची हालचाल नजरेने दिसून येते. रानकाढ्या गणेश पुढे आणि हम पाच मागे असे पदभ्रमण सुरू होते. रानवाटेच्या काठाने मुंग्यांचा किल्ला आढळला. त्याची तटबंदी आणि बांधणी आश्चर्यकारक अशी असते. पाहिजे तेवढा प्रकाश, पाण्यापासून बचाव इ. प्रत्येक गोष्टीची दक्षता घेऊन हे वास्तुशिल्प मुंग्या बनवतात. जंगलात भटकणाऱ्यांसाठी हे घरटं होकायंत्राचं काम करतं. आत जमिनीत ते दोन-तीन फूट खोल असते. त्यातही धान्याचे कोठार, अंड्यांसाठी सुरक्षित जागा, कामकरी मुंग्यांसाठी जागा, राणी मुंगीसाठी दालन अशी त्याची रचना असते. पृथ्वीतलावरील निसर्गसृष्टीतील पहिले वास्तुशिल्पी रानावनांतील ह्या मुंग्याच असावेत. त्यानंतर पक्षी व त्यानंतर मानव असा हा क्रम असावा.

काही अंतरावर रानवाटेवर निळसर विष्ठा पडलेली होती. ती रानकुत्र्यांची ताजी विष्ठा होती. पुढेही तीन-चार ठिकाणी अशी विष्ठा दिसून आली. सोबत रानकुत्र्यांच्या पाऊलखुणा आणि सांबराच्या पाऊलखुणाही आढळल्या. रानकुत्र्यांनी सांबराचा पाठलाग करून त्याचा गारा केला असावा, हे समजायला मला वेळ लागला नाही. गेल्या २५-३० वर्षांच्या रानवाटेवरील अरण्यलिपीच्या निरीक्षणावरून ते सहज लक्षात येते. पुढे जोडमोहा पाणवठ्याच्या अलीकडे सांबराच्या आणि रानकुत्र्यांच्या पाऊलखुणा नाहीशा झाल्या होत्या. रानकुत्री पाळीव कुत्र्यांसारखी, मात्र अंगाने सडपातळ असतात. रंगाने लालसर, तांबट तर शेपटी झुबकेदार व टोकावर काळी असते. तोंड काळे असते. कान टवकारलेले असतात. नर रानकुत्री झाडाच्या बुध्यांवर अथवा झुडपावर मूत्र टाकतात तर मादी जमिनीवर मूत्रविसर्जन करते. एका रानकुत्र्याचं वजन जवळपास २० किलोपर्यंत असते. मादी नरापेक्षा कमी वजनाची असते. यांचे पाच ते पंचवीस या संख्येने कळप असतात. सावजाचा पाठलाग करून ते थकवितात. पाठलागाच्या वेळेस काही दूरपर्यंत झाडाझुडपांत दडून बसून भक्ष्याचा पाठलाग करतात. सावजाला चहूबाजूने घेरून एकाच वेळी हल्ला करतात आणि ६०-७० किलोचं सांबर अवघ्या १५ ते २० मिनिटांत संपवून केवळ हाडाचा सांगाडा शिल्लक ठेवतात. रानकुत्र्यांना भुंकता येत नाही. कळपातील सर्व सदस्यांना एकमेकात ताळमेळ ठेवण्यासाठी ते किक्

किक् किक् अशी शीळ वाजवतात. एकीचं बळ काय असतं, हे रानकुत्र्यांपासून शिकायला मिळते. म्हणून तर वाघसुद्धा त्यांना घाबरतो. पाठलाग केलेला मृग पाण्याचा आश्रय घेताना मी या सिपनेच्या पात्रात पाहिलं आहे. मात्र त्याला बाहेरून चहूबाजूंनी रानकुत्री घेरून ठेवतात. काही वेळाने सांबर शरण येऊन बाहेर पडतं आणि रानकुत्री त्याचा गारा करतात. ती जास्तीत जास्त सकाळी किंवा दुपारी शिकार करतात. त्यांचा प्रजोत्पादनाचा काळ नोव्हेंबर ते डिसेंबर असा असतो. ७० दिवसांनंतर मादी चार ते सहा पिलांना जन्म देते. वानर, चितळ, सांबर हे रानकुत्र्यांचं खाद्य आहे.

अरण्यव्रती मारुती चितमपल्ली यांनी रानकुत्र्यांवर भरपूर संशोधन केलं आहे. वानर हे रानकुत्र्याचं प्रमुख खाद्य आहे. ७० टक्के वानरं, २० टक्के रानडुकरं तर १० टक्के मृग हे संशोधनातून त्यांनी सिद्ध केलं आहे. 'चकवा चांदण' या त्यांच्या पुस्तकात उल्लेख केल्याप्रमाणे रानकुत्र्यांच्या कळपाचं शिकारीतील यश हे त्यांच्या एकीवर अवलंबून असतं. पण कळपातील एखाद्या वयात येऊ लागलेल्या रानकुत्र्याशी म्होरक्याचं जमत नाही. कारण तो त्याला जुमानत नाही. त्यामुळे उपासमार होते. पण हा प्रश्न ते सहजगत्या सोडवतात. हेटरकस्सा तळ्यावर आजूबाजूच्या परिसरातील रानकुत्री जमा होतात. त्यांची अशी एकत्र जमण्याची स्थानंही अनेक असावीत. हे त्यांपैकी एक आहे. असंतुष्ट रानकुत्र्यांना इथं एकमेकांच्या कळपात समंजसपणानं सामावून घेतलं जातं. ह्या अदलाबदलीमुळं कळप निरोगी होतो अन् पुन्हा समर्थपणे जगण्याला सामोरा जातो.

ग्रीष्मसूर्य तळपू लागला होता. साऱ्यांचे चेहरे ओरबारडल्यागत झाले होते. परतीवर निघून विश्रामगृहावर पोचलो, तोच गणेश धावत आला आणि म्हणाला- साहेब, नदीमध्ये रानकुत्री आहेत. बाहेर येऊन पाहतो तो दूरवर सिपनेच्या पात्रातून पाच रानकुत्री पलीकडच्या रानात शिरत होती. आम्ही पहाटे ज्या रानवाटेवरून अरण्यभ्रमण केलं, त्याच रानवाटेवरून ती पसार झाली.

चहापाणी करण्यासाठी मी आणि सोबतचे रानसखे खाली कोलकासच्या ८० वर्षांपूर्वी इंग्रजांनी बांधलेल्या विश्रामगृहाजवळच्या कॅन्टीनवर पोचलो. आजचे हे वसंत संकुल कॅन्टीन सिपनेच्या काठावर आहे. नदीपलीकडून मोहफुलांचा सुगंध वाऱ्याच्या झुळकेबरोबर माझ्या नाकात घुसला. नानाविध पक्ष्यांचा किलबिलाटही ऐकू आला. लगेच माझी पावलं तिकडे वळली. एका भल्या मोठ्या अर्जुन वृक्षाखालून नदीच्या पात्रात उतरलो आणि काय आश्चर्य? मोहाच्या रसाळ

फुलांवर दुर्मीळ पल्लवपुच्छ कोतवाल टकाचोर, हळद्या, स्वर्गीय नर्तक या पक्ष्यांची एकच गर्दी झाली होती. मी त्यांना कॅमेऱ्यात बंदिस्त करण्यासाठी सारखा धडपडत होतो. एवढ्यात एका झाडावरून किर्रर्रऽऽ असा ड्रिल मशीनसारखा आवाज ऐकू आला. तो होता सोनपाठी सुतार पक्ष्याचा. झाडावर तो मध्य खोडापासून किडे टिपण्यासाठी खोडाला छिद्र पाडत होता. त्याचे छायाचित्र घेण्यासाठी मला बराच आटापिटा करावा लागला. कारण तो एका जागेवर कधीच थांबत नाही. शेवटी त्याचे एक छायाचित्र काढण्यात मी यशस्वी झालो. एक आल्हादकारक वातावरण तेथे होते.

मोहफुलांचा मोह झाल्याने मीही त्या झाडाखाली पोचलो. फुलं ओंजळीत जमा करू लागलो. त्यांचा स्वादही घेऊ लागलो. फुले वेचता वेचता नदीच्या पूर्वेकडेच्या पात्राकडे माझे लक्ष गेले. सहा रानगव्यांचं कुटुंब पाणी पिण्यासाठी नदीत उतरू लागले होते. ओंजळीतील फुलं एका पानावर ठेवून मी त्या दिशेकडे पळत सुटलो. कारण योग्य छायाचित्र मिळविण्यासाठी अंतर कमी करणे आवश्यक होते. शेवटी एका रांगेतून सहाही रानगवे पात्रातून पाणी पिऊन जातानाचे बऱ्यापैकी छायाचित्र मला मिळाले. सुटकेचा एक श्वास मी सोडला आणि मनातल्या मनात वेड लागल्यागत नाचू लागलो. पात्रातून वर चढता-चढता एका भल्या मोठ्या पंखांच्या पक्ष्याची भरारी नजरेत पडली. जवळच्या अर्जुनाच्या एका आडव्या फांदीवर तो येऊन बसला. तो होता पक्षिराज गरुड. सर्पगरुड. मागेपुढे लपतछपत त्याचेही छायाचित्र काढले. क्षणभरातच या सर्पगरुडाने आपल्या पंखांनी एक मोठी भरारी घेतली आणि नदीपलीकडच्या अरण्यात तो पसार झाला. माझी पावलंही परतीवर फिरली. चैत्रपालवीतील वन्यजीवनाने मला नवचैतन्य दिलं होतं.

-०-०-०-

५.
अरण्यसखी

घननिळ्या श्रावणाने भाद्रपदाच्या हाती सूत्रं
सोपविली होती. अरण्यसखीच्या शोधात माझी पावलं
दऱ्याखोऱ्यांच्या वैभवी अशा मेळघाटच्या अरण्यात
पडली. नभ झाकोळून आलं होतं. रानावर हलकीशी
कृष्णछाया पसरली होती. पावसाची रिमझिमही सुरूच
होती. चोहीकडे हत्तीच्या कानाएवढ्या पानांच्या
हिरव्यागार सागवृक्षांची उंच-उंच जाण्यासाठी एकमेकांत
चढाओढ लागली होती. काही वृक्षांना शेंड्यावर
राखाडी रंगाच्या फुलांचे झुबकेदार गुच्छही लागले
होते. इतरही वृक्षवल्लरी हिरव्या हिरवाईनं बहरल्या
होत्या. रानवाटेवर तृणमेळा भरला होता. ज्वारीसारखं
गवत डोक्याच्या उंचीएवढं वाढलं होतं. पाच तुऱ्यांचं
टोंगळ्याएवढं गवत आणि दोन-अडीच फूट उंचीच्या
होरेर गवताने अख्खी रानवाट पिसारून टाकली होती.
त्यावर मयूराच्या डोक्यावरील तुऱ्यासारखे तृणतुरेही
डोलत होते. अख्खी रानवाट तृणमय झाली होती.
हवेमुळं तेथे असंख्य तृणलाटा उधळत होत्या. त्यामुळे
मनात उधाण भरून येत होतं. या गवताच्या ठोंबावरील
तुऱ्यांमध्ये 'बी' ही तयार झाले होते. पंधरा-वीस
फुटांवर एक मोर त्यांतील बिया खाण्यात मग्न झाला
होता. विविध प्रकारच्या गवतांच्या दाटीमुळे तो जवळ
जाऊनही दिसू शकला नाही. मात्र काही क्षणांतच
त्याला माझी चाहूल लागली असावी आणि निसर्गानं
विविध रंगांची मुक्तपणे उधळण केलेला हा असंख्य
नयनांचा मयूर पाहता पाहता डावीकडच्या रानात पसार

झाला. तृणमेळ्यातील या नयनमनोहर मयूराचे एक विलोभनीय निसर्गदृश्य पाहण्यास मिळालं होतं.

अरण्यात रानफुलांचा उत्सव सुरू झाला होता. पिवळ्या फुलांची रानपराटी, गुलाबी-पिवळ्या रंगाच्या पाकळ्यांचा अर्धा-पाऊण फुटांचा पुष्पदंड असलेली रानहळद, निळ्या-पांढऱ्या नाजूक फुलांचा रानतीळ, तर कुठे कुठे लाल फुलांची गणेशवेल इ. नी रानवाटा पुलकित झाल्या होत्या. मुरूड, घाणेरीची झुडपंही विविध रंगांच्या फुलांनी डवरून गेली होती. त्यातून निघणारा नाना प्रकारचा सुगंध श्वासावाटे नाकात जाऊन मन प्रफुल्लित करत होता. अरण्यात भटकताना अशा असंख्य वृक्षवल्लरींतून निघणारा वायू हा प्रत्येक सजीव प्राण्यास लाभदायी असतो. मीही तो गेल्या कित्येक वर्षांपासून अनुभवत आहे. आजही परत त्याचा प्रत्यय मला येत होता. निसर्ग हा साऱ्या सजीव सृष्टीला नेहमी नि:शुल्कपणे देण्याचंच काम करत असतो. तो आपणास काहीच मागत नाही. माणूस मात्र त्याला देतो ते फक्त कुऱ्हाडीचे घाव! शुद्ध हवा, पाणी मुक्तपणे देणाऱ्या जंगलाने जर फक्त एक दिवस ठरवले की आज काहीच द्यायचं नाही, तर आपली काय अवस्था होईल, याचा आपण कधी विचार करतो काय? कारण हे सर्व आपणास फुकटात मिळत असते. म्हणून त्याची किंमत आपणास कळत नाही. रानवाटेवरील छातीएवढ्या गवतातून चालताना त्यावरील दवबिंदूंमुळे मांडीपर्यंतचे कपडे ओलेचिंब झाले होते. निसर्गाचं सर्वत्र हिरवं हिरवं रूप पाहून मन प्रफुल्लित झालं होतं. जिवापाड प्रेम करणाऱ्या माझ्या प्रेमिकेच्या म्हणजे अरण्यसखीच्या शोधात जवळपास चार-पाच किलोमीटर पदभ्रमण झाले होते.

एवढ्यात तृणमेळ्याची रानवाट सोडून डावीकडे वळलो. असंख्य झुडपे आणि त्यांवर पसरलेल्या अनेक वेली यामुळे रानाच्या विशिष्ट टप्प्यात मी पोचलो होतो. गवतही काही ठिकाणी वाढले होते. चालता चालता अभिषेक खाली बसला आणि जमिनीकडे बोट दाखवू लागला. आणि काय आश्यर्च! त्याच्याजवळ पोचताच ज्या अरण्यसखीच्या शोधात, जिच्या अनामिक प्रेमात मी गेल्या दोन तपांपासून पडलो होतो ती माझी वनदेवता, प्रेमिका, निसर्गकन्या दोन-तीन फुट गवताच्या खाली जमिनीवर ठाण मांडून बसलेली दिसली. कदाचित माझ्याप्रमाणे तीही युगांपासून माझी वाट बघत असावी. मीही खाली बसलो. एकसारखा तिच्याकडे पाहून तिचं संपूर्ण रूप न्याहाळू लागलो. मन भरून आलं. डोळे पाणावले. निर्मळ, नि:स्वार्थ भावनेने तिला स्पर्श केला आणि माझं भान हरवून

गेलं. या माझ्या अनामिक अरण्यसखीचं नाव आहे **'भुलनवेल'**. एक वेलवर्गीय अत्यंत दुर्मीळ आणि रहस्यमय अशी वनस्पती.

पावसाची रिमझिम सुरूच होती. डोकं, कपडे ओलेचिंब झाले होते. या अरण्यसखीला नमस्कार केला आणि मनोमन तिची परवानगी घेऊन तिची भराभर छायाचित्रे घेऊ लागलो. भुलनवेलचं इंग्रजी नाव आहे टायलोफ्लोरा रोटॅण्डीफोलियो. ती वर्षा ऋतूत पूर्णपणे जमिनीवर राहूनच आपला वंशवेल वाढवीत असते. तिची पानं रुईच्या पानासारखी मात्र किंचितशी पातळ आणि हिरवट रंगाची होती. त्यांवर हलकीशी कृष्णछटा होती. पूर्वेकडून ती पश्चिमेकडे चालली होती. उपशाखा मात्र चारही दिशांमध्ये जमिनीवरच पसरत चालल्या होत्या. सर्वांत मोठ्या पानाची लांबी सहा इंच तर रुंदी तीन इंच होती. अंदाजे दीड महिन्याचा तिचा हा पसारा होता. तो होता एक मीटर व्यासापेक्षा थोडा मोठा.

'भुलनवेल' या निसर्गकन्येची रहस्यमय बाब म्हणजे ही वेल ओलांडली म्हणजे दिशेचं ज्ञान नाहीसं होतं. माणूस एकसारखा भटकत राहतो. त्याला 'रानभूल' होते. या वेलीतून निघणाऱ्या वायूत भूल पाडणारे काही घटक असावेत, जे ओलांडणाऱ्याच्या नाकात श्वासावाटे जात असावेत आणि त्याला भूल पडत असावी. वनात राहणाऱ्या अधिकाऱ्यास विचारले असता तो म्हणाला- तिच्या मुळावरून जर ती ओलांडली गेली तर आठ ते दहा तास माणूस भटकत राहतो. मध्यातून ओलांडली तर पाच ते सहा तास रानभूल होते आणि शेंड्यावरून ओलांडली तर दोन ते तीन तास माणसास भूल पडते. तो एकसारखा भटकतच राहतो. यापूर्वीही अनेक वर्षांपासून मला भुलनवेलीबाबत हीच माहिती काही अधिकारी, कर्मचारी आणि कोरकू मित्रांकडून तसेच काही माहिती पुस्तकांतूनही मिळाली होती. याला कुठलाही शास्त्रीय आधार नाही. कदाचित काही दुर्मीळ पक्ष्यांप्रमाणे भुलनवेलीच्या रक्षणासाठी पूर्वजांनी ही आख्यायिका तयार केली असावी. माझ्या मते श्वासावाटे शरीरात जाणाऱ्या या वायूच्या प्रमाणावर ही रानभूल होत असावी. ऑपरेशनच्या वेळी डॉक्टर जसे ऑपरेशनचे स्वरूप पाहून ॲनेस्थिशिया देतात, तसाच हा प्रकार असावा. भुलनवेल ही दोन प्रकारची असते. एक पांढऱ्या फुलांची तर दुसरी काळ्या फुलांची. मेळघाटात मात्र पांढरी भुलनवेल आढळते. काळ्या भुलनवेलीचं शास्त्रीय नाव 'टायलोफ्लोरा अस्थेमॅटिका' असं आहे. हिच्यामध्ये काही आयुर्वेदिक गुणही असावेत. बऱ्याच निरीक्षणानंतर आणि संशोधनानंतर त्याची सत्यता कळू शकेल. त्या दिशेने माझे प्रयत्न सुरू आहेत.

भुलनवेलीचं कुळ रूई (ASCLEPIACEAE) असून मेळघाटात मला तिचा प्रथम शोध १९ ऑगस्ट, २००९ रोजी लागला. 'प्रभाकर चिकित्सा' या आयुर्वेद ग्रंथात 'भ्रम पडण्याचा संभव होतो आणि ४८ तास भटकत राहतो' असा उल्लेख आहे. मुख्य मुळापासून प्रत्येक शाखेला अंदाजे १० ते १२ इंच अंतरावर उपमूळ असते. काही भुलनवेलींना दरवर्षी फुले येत नाहीत. 'टायलोफ्लोरा अस्थेमॅटिका' ही भुलनवेल अस्थमा या आजारावर अत्यंत उपयुक्त असल्याचे मला एका आयुर्वेदाचार्याने सांगितले. त्याने व इतर बऱ्याच आयुर्वेदाचार्यांनी मला मी शोधलेली भुलनवेल दाखविण्याची विनंती केली. अजूनही करत आहेत. परंतु मानवाने स्वत:च्या स्वार्थासाठी तिचा नाश करू नये म्हणून मी अशा बाबी नेहमी टाळत असतो.

दीड दशकाच्या प्रतीक्षेनंतर आज या भुलनवेलीच्या दर्शनाने मन अत्यंत पवित्र झाल्यासारखं वाटत होतं. बऱ्याच वेळापासून तिचं एक पान तोडून जवळ घ्यावं, असा विचार मनात वारंवार येत होता. परंतु शेवटी वाटलं, हिचे एक पान तोडल्यामुळे त्यानंतर येणाऱ्या फुला-फळांचं आयुष्य आपल्यामुळं संपून जाईल. परिणामी तिची काही प्रमाणात होणारी वंशवाढ खुंटून जाईल, असाही विचार मनात आला आणि पान तोडण्यास सरसावलेले माझे हात लगेच हृदयाकडे ओढले गेले. कारण तिचं स्थान माझ्यासाठी हृदयातच आहे. तेही एक पूजक बनून. रानावनांतील निरीक्षणावर आधारित भुलनवेल हे माझं दुसरं पुस्तक याचं कारण असावं.

रानावनांतील एका अनामिक प्रेमिकेच्या भेटीसाठी मी गेल्या कित्येक वर्षांपासून भटकत होतो. तिचं रूप, तिची सुंदरता, तिचे गुण यांवर मी भाळलो होतो. तिचे हे गुण पुस्तकांतून, जंगलात राहणाऱ्या आदिवासी कोरकू बांधवांकडून आणि वनातील काही मोजक्या वरिष्ठ अधिकाऱ्यांकडून मला माहीत झाले होते. दरवर्षी पाऊस पडला की ती निसर्गकन्या डोंगरदऱ्यांतील घनदाट अरण्यात दिसू शकते, अशी माहिती मिळाली होती. त्यामुळे माझी पावलंही गेल्या कित्येक वर्षांपासून वर्षा ऋतू सुरू झाला की विशेषकरून तिच्या शोधात रानाकडे वळू लागतात. तिच्या पवित्र भेटीसाठी मन आतुर झालेलं असतं. इतक्या वर्षांपासून माझं मन त्या अनामिकेच्या ऐकीव सौंदर्यात एवढं गुंतून गेलं होतं, की काही वर्षांपूर्वी तिच्या नावाचा चक्क एक लेखही मी लिहून काढला होता. काही दर्जेदार दैनिकांत तो प्रसिद्धही झाला होता. एवढेच नव्हे तर दोन वर्षांपूर्वी अरण्यातील

निरीक्षणावर आधारित माझे पुस्तकही प्रकाशित झाले. या पुस्तकालाही मी 'भुलनवेल' असेच नाव दिले आहे. मात्र अजूनही माझी आणि या अरण्यसखीची भेट झाली नव्हती. माझ्या डोळ्यांना तिच्या भेटीची आस लागली होती. आयुष्यात एकदा तरी तिची भेट व्हावी म्हणजे जन्म सफल होईल, अशी पवित्र भावना मनामध्ये निर्माण झाली होती.

'रानभूल' या प्रल्हाद जाधव लिखित पुस्तकातील दिशा उजळताना या प्रकरणात वनखात्यातील एका वरिष्ठ वन-अधिकाऱ्याने भुलनवेल ओलांडली असता ते दोन दिवस जंगलात हरवले होते, असा उल्लेख आहे. या प्रकरणात पुढे असेही लिहिले आहे की, अरण्यव्रती मारुती चितमपल्ली यांनी एकदा या वेलीची छायाचित्रे घेतली होती. पण रोल धुतल्यावर ती छायाचित्रे उमटली नाहीत. रानातील माझा कोरकू मित्र रानकाढ्या नानूनेही एकदा या वेलीवर एक दगड ठेवला होता. काही दिवसांनंतर तो दगड बाजूला सरकला गेल्याचे त्याने मला यापूर्वी सांगितले होते. कुठल्याही प्राण्याच्या स्पर्शाने अथवा वेलीच्या वाढीमुळे तो बाजूला सारला गेला असावा. नांदेड जिल्ह्यात किनवट तालुक्यात 'भुलजा' नावाचे एक गाव आहे. तेथे अशा वनस्पती ओलांडल्यामुळे माणसं भ्रमिष्ट होतात, अशीही माहिती रानभूल या पुस्तकात दिली आहे. अशा या अरण्यातील एका देवतेचा, अरण्यसखीचा मी कृतज्ञ आहे. या अनामिकेचं नाव आहे **'भुलनवेल'**.

मी रानावनांत भटकणारा एक मनुष्यप्राणी. वृक्षवल्ली, वन्यजीव आणि पक्षी यांचं निरीक्षण करून त्यांवर लिहिण्याचा मला आगळावेगळा छंद आहे. गेल्या जवळपास दोन तपांपासून मी हा छंद नोकरी आणि कुटुंब सांभाळून जोपासला आहे. वन, वन्यजीव आणि पर्यावरणाच्या रक्षणाची जनजागृती व्हावी हा माझा मुख्य हेतू आहे. आनंददायी जीवन जगण्याचा एक अतिशय चांगला मार्ग मला सापडला आहे. या वाटेवर अखेरच्या श्वासापर्यंत माझा हा वन्यजीव लेखनाचा प्रवास सुरू राहणार आहे. अरण्यात भटकताना निसर्गातील अनेक रहस्यं अनुभवायला मिळत असतात. निसर्गाची असंख्य रूपे पाहण्यास मिळतात. ती मनावर मोहिनी घालतात. या प्रवासामुळे रानावनांतील प्रत्येक घटकांविषयी मला जिव्हाळा वाटू लागतो, त्यांच्याशी प्रेमाचं नातं जुळू लागतो. मन पवित्र होते आणि मग सारा निसर्ग आपलाच वाटू लागतो. सग्यासोयऱ्यासारखा. येथील वृक्षवेली देवदेवता वाटू लागतात. अरण्यसखी भुलनवेल ही अशीच एक देवता आहे. भुलनवेलीमध्ये काही रहस्य असो वा नसो, परंतु या पृथ्वीतलावरील

प्रत्येक वनस्पती, प्रत्येक जीव याचं संरक्षण झालं पाहिजे, हा माझ्या लेखनामागील प्रमुख उद्देश आहे, हे मी विनम्रपणे सांगू इच्छितो. अमरावती येथील वनस्पतिशास्त्राच्या शास्त्रज्ञ डॉ. प्रभा भोगावकर यांच्या मार्गदर्शनाखाली मी भुलनवेलीवर संशोधन करण्याचे ठरविले होते. त्या दृष्टीने प्रवासही सुरू होता. मात्र मला भुलनवेल दाखविण्यात सिंहाचा वाटा असलेला तरुण वनरक्षक, माझा शिष्य अभिषेक वाकोडे हा जारीदा येथे अस्वलाच्या हल्ल्यात ठार झाला आणि माझे पुढील संशोधनही थांबले. ते पुन्हा कधी सुरू होईल, हे निसर्गाच्याचं हाती असावे.

-०-०-०-

६.

घाणेरीची आभाळमाया

वर्षाऋतुने काढता पाय घेतला आणि माझी पावलं रानावनांत पडली. चोहीकडे वृक्षलता हिरव्या रंगात न्हाऊन निघाल्या होत्या. सबंध सजीव सृष्टीत नवचैतन्याचं उधाण आलं होतं. नदीनाले भरभरून वाहत होते. पाखरांची पिल्लं दिवसागणिक वाढू लागली होती. अन्नाची उपलब्धता या काळात भरमार असल्याने पानापानांत दडलेले जीव सहजासहजी दृष्टीस पडत नाहीत. झाडाझुडपांवरून भरारी घेणारे काही पक्षिगणच केवळ नजरेस पडत होते.

रानवाटेवर पाऊल पडताच एक अनामिक सुगंध श्वासाने मिळवला. पुढे पुढे तो आणखीनच दरवळत होता. अख्खा जंगल परिसर या सुगंधाने न्हाऊन निघाला. रानावनात भटकताना विविध प्रकारच्या वृक्षवनस्पतीच्या पानाफुलांतून निघणारे वायू हे मानवासहित संपूर्ण सजीवांना बहुमोल उपयोगाचे असतात. पुढे ही रानवाटच दोन्ही बाजूंच्या झुडपांमधून जात होती. त्यांच्या पसरलेल्या फांद्या रानवाटेवरून चालताना हातापायांना ओरबाडत होत्या. त्या हिरव्या-हिरव्या झुडपी वनस्पतींवरील लाल-पिवळी गुच्छेदार फुलं लदबदली होती. चांदण्या फुलांवर फुलपाखरं आणि फुलटोच्यांची लगबग पाहण्याजोगी होती. ती होती फुलाफुलांतील मकरंद पिण्यासाठी. झुडपांखालील पानापानांत किड्याकीटकाचं साम्राज्य पसरलं होतं. सरडे, पाली, कणा यांसोबत सापाची भक्ष्य मिळविण्याची धडपडही एके ठिकाणी नजरेत पडली.

एका ठिकाणी तर लांडोर आणि तिच्या पोटाजवळ तिला चिकटून बसलेली पिल्लंही नजरेत पडली. माझ्या उपस्थितीमुळं लांडोरीनं आपलं अख्खं कुटुंब सुरक्षित ठिकाणी हलवलं. एवढ्यात एका तित्तिराच्या जोडीने उजवीकडून डावीकडे रानवाट ओलांडली आणि घाणेरीच्या वनात नाहीशी झाली. नंतर बराच शोध घेता घेता ही जोडी नजरेत पडली नाही. झुडपांखालच्या पसाऱ्यातून ती दूरवर निघून गेली आणि तू कुठे, तू कुठे....... असा आवाज ऐकू आला. आपल्या छत्रछायेखाली सजीव सृष्टीचं विश्व फुलवणारी ही आभाळमाया देणारी झुडपवर्गीय वनस्पती आहे 'रायमूनिया'. यालाच घाणेरी असेही म्हणतात.

काही घाणेरी निळ्यासावळ्या रंगांच्या मोतीदार फळांच्या झुबक्यांनी लगडल्या होत्या. त्यांवर शिंपी, दयाळ, वटवटे, बुलबुल, मुनिया इ. द्विजगणांची भाऊगर्दी झाली होती. रायमुनियाची ही फळं पक्ष्यांना नेहमीच आकर्षित करत असतात. फळांची सुंदरता जास्तीत जास्त पक्ष्यांनी येऊन आपली फळं खाऊन बियांचा प्रसार करावा आणि वंश वाढावा यासाठीच असते. मलाही रायमुनियाची ही कृष्णफळं खायचा मोह लहानपणापासून लागला आहे. पन्नाशीतही तो तसाच कायम आहे. कारण त्याची चव अमृतमय आहे. घाणेरीच्या पानाफुलांचा हा जादुई सुगंध आणि फळांना असलेली अमृताची गोडी नक्कीच वेड लावणारी आहे. निसर्गाने सजीव सृष्टीत प्रत्येकाला निदान एकतरी चांगला गुण दिला. पशुपक्ष्यांमध्ये नरांना विशेष सौंदर्य दिलं. कारण चांगल्या आणि सुंदर नरापासून आपला वंश वाढावा असा प्रत्येक मादीचा प्रयत्न असतो. या संपूर्ण काटेरी सौंदर्यात रायमुनियाला मात्र सुंदर फुलांचं, फळांचं आणि त्याहीपेक्षा अधिक सुगंधाचं दान दिलं आहे, असं म्हटल्यास वावगं ठरणार नाही.

रायमुनियाचे फळ अस्वलाचेही अत्यंत आवडतं फळ आहे. या झुडपांखाली अस्वल, कोल्हे, लांडगे, मोर, लांडोर, तित्तीर इ. वन्यजिवांची आश्रयस्थानं असतात. मेळघाटच्या जंगलात मी घाणेरीच्या वनात अनेकदा अस्वलाची निरीक्षणं केली आहेत, तर कधी कधी पायाजवळ असलेले तित्तीर, बटेरसारखे पक्षी नजरेतून सुटले आहेत. भुर्रकन उड्डाण केल्यावरच ते लक्षात यायचे. असं हे श्रीमंत घाणेरीचं अद्भुत जग वनजीवन अभ्यासाच्या प्रवासात मला नेहमीच भरभरून देत आलं आहे.

ज्या भागात घाणेरी जास्त प्रमाणात दिसून येते, तेथे बुलबुलवर्गीय पक्ष्यांची कुळं फार मोठ्या प्रमाणात वाढत असतात. सोबत किडेकीटकं आणि सरपटणाऱ्या

जिवांचीही समृद्धता घाणेरीच्या छत्रछायेखाली दिसून येते. एकंदरीत सजीव सृष्टीच्या समतोलात घाणेरी अत्यंत महत्त्वाची भूमिका पाडत असते, असे माझ्या आजपर्यंतच्या तीन दशकांच्या वन्यजीवांच्या अभ्यासावरून लक्षात आलं आहे.

घाणेरीच्या फुलाफळांवर पक्ष्यांसोबत किड्याकीटकांची वाढ होते. या लहान जीवांवर पक्षी, सरडे, पाली, सापसुई इ. जीव आपलं पोट भरतात. तर त्यावर सापासारखे सरपटणारे जीवही जगत असतात. असं हे एकमेकांवर जगणारं, वाढणारं सजीव सृष्टीचं संपूर्ण चक्र रायमुनिया आपल्या आभाळमायेत चालवीत असते. ही झुडपं जरी पाच-सहा फुटांएवढी लहान असली, तरी त्यांची उपयोगिता मात्र थक्क करणारी आहे. जंगलभटकंती आणि वन्यजीवाच्या अभ्यासात मला ही घाणेरी सदैव प्रेरणादायीच ठरली आहे.

रायमुनिया (Lantana camara) ही झुडूपवर्गीय फूलवनस्पती Verbe-naceae या कुळातील असून तिचा शोध १७५३ साली लागला. जगातील साठ देशांत घाणेरीच्या एकूण ६५० प्रजाती आहेत. भारतात ती सर्वत्र आढळते. तिचे वैशिष्ट्य म्हणजे सायलेंट व्हॅली, काझिरंगासारख्या वर्षावनांतही ती आहे आणि उष्णकटिबंधीय शुष्कपर्णगळीच्या वनांतही ती आढळते. जंगल, शेतीचा परिसर किंवा काही ठिकाणी शहरांतही ती दिसून येते. बहामा, कोलंबिया, ऑस्ट्रेलिया, आफ्रिका, मेक्सिको, मध्य अमेरिका, व्हेनेझुयेला या देशांत घाणेरीचं अस्तित्व आहे.

घाणेरीची पानं राठ, केसाळ असून काठाने करंजीसारखी असतात. खोडांना बारीक बारीक काटे असतात. वर्षाऋतुच्या मध्यात गुलाबी-पिवळी गुच्छेदार फुलं येतात. त्यानंतर सप्टेंबर, ऑक्टोबरमध्ये तिला मोत्यासारखी गुच्छेदार फळं येतात. फळं पिकल्यावर ती निळीजांभळी होतात. पक्षी ही फळं खाऊन घाणेरीच्या बियांचा प्रसार करतात. बुलबुल, शिंपी, वटवट्या, सातबाया, कोकीळ इ. पक्ष्यांची झुंबड पाहण्याजोगी असते. अस्वलसुद्धा रायमुनियाची पिकलेली फळं आवडीने खातात. मोर, लांडोर, तित्तीर, बुलबुल इ. पक्षी याच्या झुडपांमध्ये आपली घरटीही करतात. रातवा पक्ष्याचे पालापाचोळ्यातील घरटेही अशा परिसरात आढळून येते.

घाणेरीचा उपयोग जाळण्यासाठी इंधन म्हणून केला जातो. आयुर्वेद औषधी म्हणून घाणेरीच्या तेलाचे महत्त्व अनन्यसाधारण आहे. सर्दी, ताप, खोकला, अस्थमा, अल्सर, उच्च रक्तदाब, हगवण, कावीळ तसेच कॅन्सर, मलेरिया आणि महारोगावरही घाणेरीच्या तेलाचा गुणकारी उपयोग होतो. अशी ही सर्व प्रकारच्या

वनांत आढळणारी झुडूपवर्गीय वनस्पती आहे.

पृथ्वीतलावरील प्रत्येक वृक्षलता, वनस्पती हे मानवासहित संपूर्ण सजीव सृष्टीसाठी हितावहच आहे. एवढे असूनही घाणेरीमुळं इतर वृक्षवेली वाढत नाहीत, म्हणून बऱ्याच ठिकाणी जंगलक्षेत्रात तिचे उच्चाटन केले जात आहे. जगातील बहुतेक जंगलांत रायमुनियाच्या उच्चाटनासाठी मोहिमा चालविल्या जात आहेत. जगात सर्वत्र वनांचा ऱ्हास होत असताना घाणेरी मात्र आपल्या अस्तित्वासाठी धडपडत आहे. नव्हे, तिचे जगणे असंख्य सजीवसृष्टीला आभाळमाया देणारे ठरते.

–०–०–०–

७.
कोलकास :
हिरव्या पाचूतील पडाव

अमरावती जिल्ह्यातील परतवाडा सोडलं आणि दूरवर सातपुडा पर्वताच्या रांगा मला खुणावू लागल्या. बिहाली वननाका ओलांडला आणि हिरव्या गर्द वृक्षवल्लरीतून जाताना स्वर्गीय सुखाची अनुभूती मिळायला लागली. नानाविध पक्ष्यांचा कलरव चैतन्य देत होता. दऱ्याखोऱ्यांतील नागमोडी वळणं पार करता करता अचानक एका वळणावर अंगावर तांबूस–राखाडी रंगाचे काळे ठिपके असलेल्या बिबट वाघाने एका झेपेत रस्ता पार केला आणि पलीकडच्या अरण्यात पसार झाला. अचानक घडलेल्या या प्रसंगामुळे माझ्या अंगावर काटे उभे राहिले. निसर्गाचं एक आगळं वेगळं रूप अनुभवायला मिळालं. पुढे सेमाडोहनंतर डावीकडे चंद्रकोरी शिंगाच्या रानगव्यांचा कळप आमच्या आगमनाने विखुरला गेला. मात्र कळप प्रमुख सुरक्षेच्या दृष्टीने अधेमधे माझ्याकडे कान टवकारून फुत्कारत होता. मीही नेहमीप्रमाणे सावध होतोच. कारण त्या वेळी मी वन्यजीवांच्या घरात होतो याची मला जाण होती. त्यांना कुठलाही अडथळा निर्माण होणार नाही याची काळजी घेत होतो. प्रमुख रस्त्यावरून डावीकडे वळलो. हा रस्ता जात होता मेळघाटचं हृदयस्थान असलेल्या 'कोलकास' वनविश्रामगृहावर.

झाडं ही कर्मयोग्याचं मूर्तिमंत प्रतीक आहेत. हजारो वर्षांपासून एकाच ठिकाणी उभं राहून ती ऊन, वारा, पाऊस अंगावर घेत असतात. सबंध आयुष्यभर आपल्या हजारो हातांनी केवळ देण्याचंच काम करीत

असतात. किड्या-कीटकांपासून तो पक्ष्यांपर्यंत सर्वांना आपल्या अंगाखांद्यावर लडिवाळपणे सांभाळत असतात. त्यांची कुळं वाढवीत असतात. ही झाडं सजीव सृष्टीला आश्रय देतात, अन्न देतात, पाणी देतात. ऊन, वारा, पावसापासून संरक्षणही देतात. कार्बनडाय ऑक्साईड शोषून शुद्ध ऑक्सिजन पुरविण्याचे महत्त्वपूर्ण कार्य झाडं करीत असतात. मानवासहित संपूर्ण सजीव सृष्टीवर जणू ते उपकारच करीत असतात. ३५० करोड वर्षांपासून म्हणजे पृथ्वीच्या निर्मितीनंतर वनस्पतीच्या उत्पत्तीपासून त्यांचे हे कार्य आजतागायत अव्याहतपणे सुरूच आहे. झाडाचे बी आणि मानवी जनुकं सारखेच काम करत असतात. उपनिषदांमध्ये ज्ञानाची परिभाषा म्हणून त्याचा उल्लेख केला आहे.

पाखरांच्या समूहाला 'थवा' म्हणतात. प्राण्यांच्या समूहाला 'कळप' म्हणतात. तसेच वृक्षांच्या समूहाला 'अरण्य' असे म्हणतात, वन असे म्हणतात. अभयारण्ये आणि राष्ट्रीय उद्याने ही वन्यजिवांच्या संरक्षणासाठीच्या प्रकल्पांना दिलेली नावे आहेत. जंगले ही वैश्विक संपदा आहे, जीन बँका आहेत. सजीव सृष्टीच्या पुनर्निर्मितीची क्षमता या अभयारण्यात आहे. निसर्गातील सारे घटक आपले जगणे शक्य आणि सुलभ करतात.

मेळघाट हा महाराष्ट्रातील सर्वात मोठा अरण्यप्रदेश आहे. वन्यजिवांचं प्रमुख आश्रयस्थान आहे. इंग्रजांनी १८११ मध्ये सातपुड्यात प्रवेश केला आणि त्यांना रानभूल झाली. या परिसराच्या ते मोहात पडले. सातपुड्याच्या या गिरिपर्वताच्या अरण्यात इंग्रजांनी सागाची लागवड केली ती मुळातच व्यावसायिक दृष्टिकोन समोर ठेवून. सोन्यापेक्षाही मौल्यवान अशा सागवान वृक्षाच्या लाकडाची बेसुमार निर्यात त्यांनी इंग्लंडमध्ये केली. आजही लंडनसारख्या सुसंपन्न अशा शहरात कित्येक घरांची छतं या सागवानाच्या लाकडांना विविध प्रकारचा आकार देऊन सजलेली आहेत. मेळघाटात 'गाविलगड' आणि 'नरनाळा' किल्ल्याच्या सुभेदाराचा पराभव होऊन सुभे वऱ्हाड व सुभे इलिचपूर निर्माण झाले आणि १८१३ मध्ये इंग्रजांच्या ताब्यात आले.

अशातच १८५७ च्या भारतीय स्वातंत्र्यलढ्याचा पहिला हुंकार दिला तो राणी लक्ष्मीबाई, तात्या टोपे, वासुदेव बळवंत फडके या क्रांतिकारकांनी. सातपुड्यातील नरनाळा आणि गाविलगड किल्ले अत्यंत सुरक्षित असल्याने क्रांतिकारकांनी त्यांचा आश्रय घेतला. इंग्रजांच्या चाणाक्ष नजरेतून तो सुटला नाही. त्यांनी गाविलगडावर लपलेल्या तात्या टोपे आणि त्यांच्या सहकारी

क्रांतिकारकांना पकडण्यासाठी ८०० वर्षांचा इतिहास असलेल्या गाविलगडाला उद्ध्वस्त केले. त्याचा पाडाव केला. या संघर्षातून इंग्रजांना मेळघाटात चिखलदरा, कोलकाससारखी निसर्गाची मुक्त उधळण असलेली ठिकाणं सापडली. स्वत:साठी येथे त्यांनी पडाव (निवासस्थान) केला. 'कोलकास' हे त्यांतील एक हिरव्या पाचूचं अरण्य. त्यानंतर इंग्रजांनी मेळघाटात सागवानाच्या वाहतुकीसाठी आणि स्वत:च्या निवासासाठी बेलकुंड, रायपूर, रंगुबेली, ढाकणा इ. गर्द वनराईतील स्थळांवर स्वत:साठी वनविश्रामगृहं बांधली.

हे ८० वर्षांपूर्वीचे वन विश्रामगृह होय. सातपुड्याच्या एका उंच पर्वतावरील निवासस्थान. खाली दोन-तीन हजार फुटांवरून वाहणारी 'सिपना' ही मेळघाटातील प्रमुख नदी आहे. सागाला कोरकू भाषेत सिपना असे नाव आहे. म्हणून सागाच्या या वृक्षागारातून वाहणाऱ्या या सरितेला 'सिपना' असे म्हणतात. मेळघाटातील निसर्गपूजक आदिवासी सागाला पूजतात. ही बाब खरी असली तरी कुलाकासा हे या ठिकाणाचे पूर्वीचे नाव. **'कुलाकासा'** म्हणजे वाघाच्या अधिवासाचे आणि पर्यायाने एका संपन्न अरण्यक्षेत्राचे प्रतीक. **'कुला'** म्हणजे **'वाघ'**. वाघाला ते **'कुलामामा'** असे म्हणतात. त्याची पूजा करतात. आणि कासा म्हणजे आश्रयस्थान, वसतिस्थान. १९३५ मध्ये ढाकणा-कोलकास गेम सँचूरी इंग्रजांनी घोषित करून शिकारीला कायदेशीर परवाने दिले. १९६९ साली महाराष्ट्र सरकारने कोलकास परिसराला संरक्षण देऊन ढाकणा-कोलकास अभयारण्य घोषित केले. १९७० साली प्रमुख विश्रामगृह बांधण्यात आले.

स्वातंत्र्यानंतर कोलकास हे ठिकाण प्रसिद्धीस आले ते तत्कालीन पंतप्रधान स्व. इंदिरा गांधी आणि महाराष्ट्राचे त्या वेळचे मुख्यमंत्री स्व. वसंतराव नाईक यांच्या भेटीमुळे. आकाशाला ठेंगणं करणारे उंच उंच सागवृक्ष, त्यांतून खळाळत वाहणारी सिपना. वाघ, बिबट, रानगवे, रानकुत्रे, सांबर, हरीण, अस्वल इ. वन्यजिवांसोबतच येथील विविध पक्ष्यांच्या आश्रयामुळे कोलकास हा परिसर अख्या मेळघाटचा निसर्गसंपन्न प्रदेश म्हणून ओळखला जाऊ लागला आणि पाहता पाहता तो दोन हजार चौरस किलोमीटर परिसराच्या विस्तीर्ण अशा मेळघाटच्या हृदयस्थानी जाऊन बसला. जो पर्यटक, अभ्यासक कोलकासला किमान एकदा भेट देईल, त्याच्या मनातील निसर्ग हा जन्मभर कायमस्वरूपी टिकून राहील. म्हणूनच तर साहित्य शिरोमणी तथा ज्ञानपीठ पुरस्कार प्राप्त कै. वि. वा. शिरवाडकर उर्फ कुसुमाग्रज येथे भेट दिल्यानंतर आपल्या दि. ३० एप्रिल

१९८८ च्या दैनिक महाराष्ट्र टाइम्सच्या लेखात म्हणतात- 'तेथील दोन दिवसांचा मुक्काम म्हणजे सर्व प्रश्नांच्या अतीत असलेल्या एका हिरव्या निरामय जगातील मुक्काम होता. पलीकडे राहिलेले विचार-विकाराचं विश्व त्या अथांग शांततेत आणि सोलिव समाधानात पार बुडून गेलेलं होतं..... बागेच्या पलीकडे शंभर-दीडशे फूट खोल असलेल्या दरीतून चंद्राकार वाहणारी नदी आणि चहूबाजूला ॐ शांती: या मंत्राचा नादहीन उद्घोष करणारं जंगल...... कोलकास कायमचं मनात राहिलं.' लेखाच्या शेवटी कुसुमाग्रजांनी म्हटले आहे. 'पण वाघ दिसो वा ना दिसो कोलकाससारखी ठिकाणं मनाला जो आल्हाद देतात, तो अविस्मरणीय.' दोन तपांपूर्वीच्या भेटीनंतर मीही कोलकासच्या प्रेमात पडलो होतो. त्यानंतर कित्येक वेळा मेळघाट भ्रमण केले. माझी अरण्य साहित्य निर्मितीही या मेळघाटातून निर्माण झाली आणि या जंगलाची मला माहेरओढ लागली. त्यातूनच अरण्यओढ, भुलनवेल आणि पक्षिमेळा ही पुस्तकं प्रकाशित झाली. वन, वन्यजीव आणि पर्यावरण याविषयी जनमानसात जागृती व्हावी, हा माझा उद्देश हळूहळू यशस्वी होऊ लागला.

मेळघाट व्याघ्र प्रकल्प आज ३८ वर्षांचा झाला असून तो १६७३ चौ.कि.मी. एवढ्या विस्तीर्ण वनक्षेत्रात पसरला आहे. त्यामध्ये वृक्षांच्या १००, झुडपांच्या ६६, तृणांच्या ३७६, वेलींच्या ५६, वनस्पतींच्या ३३ आणि गवतांच्या १०० प्रजाती आढळतात. २५० औषधोपयोगी वनस्पती-प्रजाती येथे आहेत. साग हा मेळघाटचा प्रमुख शिलेदार असून ऐन, अर्जुन, हलदू, साजेड, बांबू व दुर्मीळ अशा वनऔषधीही येथे आहेत. सातपुडा पर्वताच्या मेळघाटची खरी जैविक श्रीमंती वाढविली ती सिपना, खंडू, खापरा, गडगा, तापी आणि डोलार या नद्यांनी. वाघांची संख्या येथे ६० च्या आसपास असून बिबट, रानकुत्रे, अस्वल, रानगवे, सांबर इ. वन्यजिवांचे ते आश्रयस्थान आहे. २६० प्रकारचे पक्षी या समृद्ध वनात आहेत. वनाधारी जीवनशैली असलेली कोरकू ही आदिवासी जमात मेळघाटमध्ये असून त्यांच्या या जीवनशैलीमुळे वनाचे आणि पर्यावरणाचे संतुलन साधले गेले आहे. गवळी, गोंड, गवलान, निहाल, बलई ह्या जातीही येथे काही प्रमाणात आहेत. शास्त्रीय, आर्थिक, सौंदर्यात्मक, सांस्कृतिक आणि पर्यावरणमूल्यांसाठी वाघांची जननक्षम संख्या राखणे. तसेच जीवशास्त्रीय दृष्ट्या महत्त्वाची क्षेत्रे लोकोपकारासाठी, शिक्षणासाठी आणि मनोरंजनासाठी राष्ट्रीय वारसा म्हणू चिरंतन जतन करणे या प्रमुख उद्देशाने मेळघाट व्याघ्र प्रकल्पाची स्थापना २२ फेब्रुवारी,

१९७३ रोजी करण्यात आली आहे.

वसंत, ग्रीष्म, वर्षा, शरद, हेमंत आणि शिशिर या ऋतूंत चोहीकडे शुष्कपर्णगळीच्या मेळघाटचे अनोखे सौंदर्य अनुभवास मिळते. पावसाळ्यात चोहीकडे पर्वताच्या काळ्या कातळांवरून पडणारे पांढऱ्या शुभ्र फेसाचे धबधबे, हिवाळ्यात विविधरंगी रानफुलांनी बहरलेला मेळघाट, तर ग्रीष्मात पानगळीमुळे साधकाच्या रूपातील मेळघाट अनुभवणे स्वर्गीय सुखाची अनुभूती असते. ते अनुभवण्यासाठी वेळोवेळी माझ्या पावलांना रानवाटांची माहेरओढ लागत असते. त्यातूनच अरण्यलेखनाचा हा प्रवाह एखाद्या निर्झरासारखा वाहू लागतो.

बुलडाणा जिल्ह्यातील अंबाबरवापर्यंत सातपुडा पसरला आहे. सातपुड्याची वैशिष्ट्ये असणारा घाटांचा आणि पर्वतरांगांचा मेळा आणि नागमोडी वळणांचा संयोग अकोला जिल्ह्यातील अकोटच्या काही भागांसह अमरावती जिल्ह्याच्या धारणी आणि चिखलदरा पर्वतरांगांत दिसतो आणि त्यातून गाविलगडाच्या या सुमारे ३२०० चौ.कि.मी. क्षेत्राला मिळालेले प्रचलित आणि प्रसिद्ध असे कल्पक नाव म्हणजे मेळघाट.

निसर्गसंवर्धनाच्या संकल्पना साकारताना वनव्यवस्थापनात रुजण्यापूर्वी मेळघाट थंड हवेसाठी आणि चिखलदरा महसुली सागवानासाठी प्रसिद्ध होता. तसाच तो शिकारींसाठीही प्रसिद्ध होता. परंतु मेळघाटातला वाघ मेळघाटचे वैशिष्ट्य आणि भौगोलिक रचनेमुळे संपला नाही. येथील वन्य जीव संपले नाहीत. येथल्या जैविक विविधतांचे स्रोत आटले नाहीत. म्हणूनच सातपुड्यातल्या वाघांचे संरक्षण करण्याची जबाबदारी आता मेळघाटावर अधिक भर देऊन सोपविली गेली आहे. प्रत्येक ऋतूत वेगळेपणाचे आणि आरस्पानी सौंदर्याचे आयाम धारण करीत, वऱ्हाडातील सातपुड्याची सलगता जळगाव जिल्ह्यातील यावलपर्यंत एका साखळीत गुंफून मेळघाट आज देश-विदेशातील साऱ्या निसर्गप्रेमींना स्वतःकडे आकर्षित करतो आहे, खुणावतो आहे. हिरव्या पाचूचं कोलकास मोहात पाडते आहे.

−०−०−०−

८.
बेधुंद सौंदर्याचं बेलकुंड

खटकाली वननाका हे जैविक विविधतेच्या दृष्टीने श्रीमंत अशा मेळघाटच्या दक्षिणेकडील प्रवेशद्वार. ते ओलांडून वृक्षागारात प्रवेश केला. शिशिराची पावलं रानावर पडू लागली होती. उंच उंच सागवृक्षाची हत्तीच्या कानाएवढी राखाडी पानं रानवाटेवर अंथरली जात होती. हिरव्या-राखाडी वनातून काळ्या शिळांमधून खापरा नदी संथपणे वाहत होती. मेळघाटी सातपुड्यातून क्षणोक्षणी कूस बदलणारे रस्ते हे येथील भौगोलिक परिस्थितीचे औदार्य. एका बाजूला पर्वत, तर दुसऱ्या बाजूला खोल दऱ्या. त्यातून सजीव सृष्टीला स्पर्शून येणाऱ्या थंडगार वाऱ्याच्या झुळका आल्हाददायक वाटत होत्या. वृक्षवल्लींच्या छायेतून जाताना संधिप्रकाश तेथे पसरल्यासारखा वाटत होता. कुठे कुठे माहोलच्या वेली झाडांच्या अंगावर लडिवाळपणे खेळताना दिसत होत्या. काही वेळाने बेलकुंडच्या वनक्षेत्रात प्रवेश केला.

सर्पगरुडाने आल्याआल्याच मंजूळ शीळ घातली. रानावर ती सर्वदूर पसरली. जेथे हा शिकारी पक्षी, तो अरण्यप्रदेश समृद्ध असा वन्य जीव-अभ्यासकांचा निष्कर्ष आहे. डावीकडे वनराजीत हरवलेली एक वास्तू दिसली. तिकडे जायला निघालो तर रस्त्यावर झाडाचे एक खोड आडवे टाकले होते. त्यावरच्या पाटीवर प्रवेश बंद असे लिहिले होते. तरीही एका अनामिक ओढीमुळे पलीकडे गेलोच. पाहतो तो काय आश्चर्य! अरण्यव्रती मारुती चितमपल्ली यांच्या **'सुवर्ण गरुड'** या पुस्तकातील 'पग घुंगरू बांध'.....

हे रहस्यमय प्रकरणही येथीलच असावे. वनविश्रामगृहाची देखणी वास्तू दिसली. १८९१ साली इंग्रजांनी ती बांधली आहे. म्हणजे ११२ वर्षांपूर्वी बांधलेले हे विश्रामगृह. समोरच्या भागात रस्त्याच्या पलीकडून वाहत येणारा 'बेलनाला' तर विश्रामगृहाच्या डावीकडे खाली डोह. याला **'बेलकुंडचा डोह'** असे म्हणतात. त्यामुळे येथे संपन्न जैविक विविधता दिसून येते. पूर्वी येथे बेलाचे असंख्य वृक्ष होते म्हणून याला बेलकुंड असे नाव पडले असल्याचे समजते.

या प्रसिद्ध डोहात आजपर्यंत कित्येक लोकांनी आपला जीव गमावला आहे. वाघ, अस्वल, बिबट, सांबर, रानकुत्रे इ. वन्यप्राण्यांचा संचार या भागात आहे. इंग्रजांनी आपल्या अधिकाऱ्यांच्या आरामासाठी बेलकुंडचं विश्रामगृह त्यावेळी बांधलं. स्वातंत्र्यानंतर अधिकाऱ्यांच्या व अभ्यासकांच्या विश्रामासाठी उपयोगात आणून थोडीबहुत डागडुजी करून हा ऐतिहासिक ठेवा तो शाबूत ठेवण्याचा प्रयत्न आतापर्यंत सार्वजनिक बांधकाम विभागाने केला. मात्र, गेल्या काही वर्षांपासून हे विश्रामगृह बंद आहे.

बाजूच्या नाल्यावर रस्त्याने एक दगडी शिळांचा चंद्रकोरी कमान असलेला पूल बांधलेला आहे. त्यावर एक लोखंडी प्लेट असून १८८६ साली बांधल्याचे लिहिले आहे. पूल बांधणाऱ्या अभियंत्याचे नावही त्यावर आहे. हा पूल अजूनही व्यवस्थित असून त्यावरून चार चाकी वाहनांची वाहतुकही सुरू आहे. कसलीही दुरूस्ती न करता १२४ वर्षांचा हा पूल इंग्रजांच्या गुणवत्तेची नक्कीच दखल घेणारा आहे.

वसंत, ग्रीष्म, वर्षा, शरद, हेमंत आणि शिशिर या ऋतूंत शुष्कपर्णगळीच्या मेळघाटचे अनोखे सौंदर्य दाही दिशांत अनुभवास येते. पावसाळ्यात पर्वताच्या काळ्या कातळांवरून जमिनीवर धडाडत आदळणारे पांढऱ्याशुभ्र फेसाचे धबधबे जणूकाही शंकराच्या जटांमधून गंगावतरण झाल्यासारखे दिसतात. हिवाळ्यात विविधरंगी रानफुलांनी बहरलेला मेळघाट मोहिनी घालतो, तर ग्रीष्मात पानगळीमुळे साधकाच्या रूपातील मेळघाट अनुभवणे म्हणजे स्वत:चीच समाधी लागल्याचा अनुभव मिळतो. सृष्टीची ही विविध रूपे अनुभवण्यासाठी वेळोवेळी माझ्या पावलांना रानवाटांची माहेरओढ लागते. त्यातूनच हा प्रवास एखाद्या निर्झरासारखा वाहू लागतो. मेळघाटातील **'बेधुंद सौंदर्याचं बेलकुंड'** हे त्यातील एक प्रकरण.

जंगल ही आपली वैश्विक संपदा आहे. सृष्टीच्या पुनर्निर्मितीची क्षमताही याच अरण्यामध्ये आहे. प्रत्येक सजीवाला जगण्याचा पूर्ण अधिकार आहे. मग हे

बेलकुंडसारखे वनविश्रामगृह चालू असो वा बंद. माझ्यासारख्या अरण्यलेखकाचा रानवाचनाचा छंद त्यामुळे थोडा कमी होणार! निसर्ग कवी ना. धों. महानोरांच्या शब्दांत सांगायचे झाल्यास –

पक्ष्यांचे लक्ष थवे,
गगनाला पंख नवे.

—o–o–o—

९.
वनराईतील चिखलदरा

परतवाडा सोडलं आणि दूरवर सातपुडा पर्वताच्या विस्तीर्ण रांगा दृष्टीस पडल्या. निसर्गाची विविध रूपे दाखविण्यास सातपुडा खुणावू लागला. घाटमेळांचा प्रवास सुरू झाला, तसतशा गार वाऱ्याच्या झुळका आल्हाददायक वाटू लागल्या. नागमोडी वळणे, खोल- खोल दऱ्या हाका मारू लागल्या. नानाविध रानपाखरांच्या आवाजाने अरण्याला कंठ फुटला होता. परतवाड्यानंतरच्या पंचवीस किलोमीटरच्या प्रवासात वृक्षलता पर्वतराजीवर लडिवाळपणे खेळत असल्याचे दिसत होते. तो एक सुखद अनुभव होता. जसजसं वर चढू लागलो तसतसा थंडगार रानवारा भुरळ घालू लागला. त्यातूनच पुढं मग विदर्भाचं नंदनवन असलेल्या थंड हवेच्या चिखलदऱ्याचं मनोहारी दर्शन होऊ लागलं. मोरपिसाऱ्यासारखी सिल्व्हर ओकची झाडं मोहात पाडू लागली. आम्रवृक्षांचा व मोहराचा सुगंध दरवळत होता. मोहाची झाडंही दुधाळ आणि रसाळ फुलांनी लदबदली होती. ऐतिहासिक संदर्भ असलेला भीमकुंड, आवाजाचे पाच प्रतिध्वनी ऐकू येणारा पंचबोल, देवी पॉइन्ट, मोझरी पॉइन्ट आणि जवळपास आठ-नऊशे वर्षांचा इतिहास असलेला अबोल असा उपेक्षित **'गाविलगड'** आपल्याला साद घालतो. येथील सृष्टीचं मनोहारी रूप स्वर्गीय सुखाची अनुभूती देतं.

१८०३ साली ब्रिटिश जनरल वेलस्लीने भोसल्यांच्या ताब्यात असलेल्या दुर्गम अशा **'गाविलगड'** किल्ल्यावर हल्ला करून तो आपल्या

ताब्यात घेतला. किल्ल्यातील लोकांनी बाहेर पडून काही अंतरावर तात्पुरता पडाव टाकला. तो पडाव म्हणजे आजचे चिखलदरा. त्या वेळचे चिखल्डा. हैदराबाद तोफखान्याचा प्रमुख कॅप्टन रॉबिन्सन याने १८२३ साली चिखलदऱ्यात पहिलं पाऊल ठेवलं अशी नोंद **'नूर-ए-बेरार'** या ग्रंथात आहे. युद्धाभ्यासासाठी ब्रिटिश फौजा त्या वेळी चिखलदऱ्याला येत असल्या, तरी १८३९ पर्यंत चिखलदऱ्याला कोणत्याही प्रकारचं बांधकाम केलं गेलं नव्हतं. १८४० साली कॅप्टन मेडोज टेलर हा परतवाड्याला सैन्यप्रमुख म्हणून रुजू झाला. सैन्यभरतीसाठी चिखलदऱ्याला आला आणि चिखलदऱ्याच्या मोहात पडला. तो उत्कृष्ट लेखकही होता. त्यानंतर १९०५ साली परतवाड्याची सैन्यछावणी उठवली गेली आणि युद्धाभ्यास बंद झाला. ब्रिटिश छावणीच्या काही स्मृती आजही चिखलदऱ्याने जतन करून ठेवल्या आहेत. मेडोज टेलरने १८४७ साली काढलेले गाविलगड किल्ल्याचे रेखाचित्र आजही उपलब्ध आहे.

१८५३ साली संपूर्ण वऱ्हाड ब्रिटिश प्रशासनाखाली आल्यानंतर महसुली उत्पन्नासाठी मेळघाटाची तपासणी सुरू झाली. त्यासाठी मि. जेम्स मुल्हेरन नकाशा तयार करण्यासाठी चिखलदऱ्यात आला. त्याने केरळातून कॉफीची रोपटी मागवून ती आपल्या बंगल्याच्या आवारात लावली. योग्य वातावरण मिळाल्यामुळे कॉफीची लागवड येथे वाढली. आज जी कॉफीची झाडे चिखलदऱ्यात दिसतात, ती मुल्हेरनमुळे. या कॉफीचा दर्जाही अतिउत्तम आहे. आजही ती चिखलदऱ्यात विक्रीस उपलब्ध आहेत. पाण्याच्या तुटवड्यामुळे त्या वेळी तहसील आणि वनखात्याच्या इमारतीच्या छपरावरील पावसाचं पाणी साठवून ठेवण्याची व्यवस्था केली गेली होती. आजही ही 'ब्रिटिश हार्वेस्टिंग सिस्टीम' आपल्याला येथे पहायला मिळते. येथील आजचे प्रसिद्ध असे वनविभागाचे गार्डन त्यावेळी 'कंपनी गार्डन' म्हणून ओळखले जात होते.

समुद्रसपाटीपासून ३६६४ फूट उंचीवर असलेले चिखलदरा आणि मेळघाट अरण्य हे एक अतूट नातं त्या वेळेसपासून आजतागायत टिकून आहे. १८६४-६५ साली कर्नल पिअरसनने मेळघाट जंगलाची पाहणी करून एक अहवाल तयार केला. त्यानंतर १८६५-६६ मध्ये असिस्टंट कमिशनर कॅप्टन मॅकेन्झीच्या आधिपत्याखाली वनविभागाची विधिवत सुरुवात येथे झाली. मि. बेलेंटाईनने ५२५ चौरस मैलांच्या बैरागड वनाचं सीमांकन केलं. त्यानंतर १८७६ साली ३०० चौरस मैलांचं गुगामल फॉरेस्ट त्यात समाविष्ट केलं गेलं. १८७७ साली सर डी.

ब्रँडीस यांनी संरक्षित जंगलातील अनिर्बंध शेतीवर प्रतिबंध लादून जंगलसंरक्षणाच्या दृष्टीने पावले उचलली. त्यासाठी १८८५-८६ मध्ये बेरार फॉरेस्ट लॉ म्हणून कायदे बनविले.

त्या काळी चिखलदरा अप्पर प्लॅटू आणि लोअर प्लॅटू या भागांत विभागला गेला होता. खालच्या भागात वनविभागाचे कार्यालय, त्यांची निवासस्थाने, रेंजर क्वार्टर्स, पशुचिकित्सालय इत्यादी तर वरच्या भागात पोष्ट ऑफिस, तहसील कार्यालय, सरकारी दवाखाना, वनविभागाचे गार्डन, रेस्ट हाउस इ. इमारती येतात. लोअर प्लॅटूवर जगप्रसिद्ध गोल्फ क्लब होता. आजही त्याच्या पाऊलखुणा आहेत. चिखलदऱ्यातील जे पॉइन्ट आपण पाहतो, त्या सर्वांचं नामकरण ब्रिटिशांनी केलं आहे. पंचबोलाचे नाव इको पॉइन्ट, मंकी पॉइन्ट, बेलाव्हिस्टा पॉइन्ट, लाँग पॉइन्ट, प्रॉस्पेट पॉइन्ट, बेलेन्टाईन पॉइन्ट, लेन पॉइन्ट, हरिकेन पॉइन्ट ही बहुतेक नावे ब्रिटिश अधिकाऱ्यांचीच आहेत.

१९७१ पासून २१ मार्च हा दिवस जागतिक वनदिन म्हणून दरवर्षी जगभरात साजरा केला जातो. आपल्या जीवनात जंगलांचे अनन्यसाधारण महत्त्व आहे हे जनतेला समजावे, याची जाणीव व्हावी हा यामागील प्रमुख उद्देश होता. त्याचप्रमाणे या दिवसाचे विशेष महत्त्व म्हणजे २१ मार्च या दिवशी दक्षिण व उत्तर गोलार्धात दिवस व रात्र सारखेच असतात. वनांशी निगडित असलेले संरक्षण, उत्पादन व मनोरंजन हे तीन महत्त्वाचे घटक आहेत. या घटकांची माहिती जनतेला या दिवशी करून द्यावी आणि आपल्या वनांचे योग्य व्यवस्थापन कसे करावे हे पटवून देण्यासाठी १९७१ मध्ये युरोपियन शेतीविषयक संघाच्या तेविसाव्या सर्वसाधारण सभेत 'जागतिक वनदिन' साजरा करण्याची कल्पना पुढे आल्यापासून तो सर्वत्र सुरू आहे.

अणू-रेणू ही जशी गुंतागुंतीची रचना आहे, तशी वन हीसुद्धा एक सजीव सृष्टीची गुंतागुंत असलेली रचना आहे. यातील सर्वांचं जीवन एकमेकांवर अवलंबून असते. वन तयार होण्यास शेकडो वर्षे लागतात. ऱ्हास मात्र काही दिवसांतच होतो. वृक्षतोड झाल्यामुळे तेथे आश्रयस्थान असलेल्या अधिवासांची गुणवत्ता कमी होते. या बदलांमुळे काही संवेदनशील, नाजूक प्राणी तेथे जगू शकत नाहीत. वनातील संपत्तीचा नाश करणे म्हणजे आपली नैसर्गिक साधनसंपत्ती अशाश्वत पद्धतीने, चुकीच्या पद्धतीने वापरणे होय. वेगाने वाढणारी लोकसंख्या, शहरीकरण, औद्योगिकीकरण आणि उपभोगाच्या वस्तूंचा वाढता वापर यामुळे

जंगलातील उत्पन्नाचा अतिप्रमाणात वापर होतो. शेतजमिनीची गरज वाढल्यामुळे वनांचे क्षेत्र संकुचित झाले आहे. भारतातील जंगलाने व्यापलेले क्षेत्र मागील शतकात ३३ टक्क्यांवरून ११ टक्क्यांपर्यंत कमी झाले आहे. १३ वर्षांपूर्वी १९.४० टक्के असलेली जंगलाची व्याप्ती १९.३९ टक्के झाली आणि पर्यावरण समतोलासाठी आवश्यक असलेली आदर्शवत अशी ३३ टक्क्यांपेक्षाही खूप दूर गेली.

मोठमोठी धरणे व खाणकाम यांमुळेच वनांचा नाश होत आहे. वनांचे लहान-लहान तुकडे झाल्याने किंवा ती नष्ट झाल्याने वन्यप्राण्यांचे संचारमार्ग खुंटले आहेत. यामुळे वन्यजीव आणि वनस्पती यांच्या प्रजातीही नामशेष होत आहेत. वने कमी झाली तर किड्या-कीटकांची संख्याही कमी होते व ते शेतीतील अन्नधान्ये व फळांच्या झाडांवर प्रभावीपणे परागीभवन करू शकत नाहीत. यामुळे शेतीतील उत्पन्नही कमी होते. या सर्व बाबींचा प्रत्येकाने गांभीर्याने विचार करून झाडे लावणे, वन तयार करणे आणि त्यांचे संरक्षण व संवर्धन करणे अत्यंत आवश्यक आहे.

'वैराट' हा चिखलदऱ्यातील रेंजर प्रशिक्षण महाविद्यालयाकडील प्रमुख पॉइन्ट असून तो चिखलदऱ्यापासून आठ किलोमीटर अंतरावर आहे. मेळघाटातील हा सर्वांत उंच पॉइन्ट असून तो ३८८४ फूट उंचीवर आहे. वैराटकडे जाताना दोन्ही बाजूंकडे सातपुड्याच्या उंच-उंच पर्वतरांगा नजरेत पडतात. खोल-खोल दऱ्यांतून वाहणारे नदी-नाले, त्यांना स्पर्शून येणारा गार रानवारा अंगाला झोंबत असतो. येथे महाभारतकाळात वैराट राजाची नगरी होती म्हणून या जागेला 'वैराट' असे नाव पडले, अशी आख्यायिका आहे.

ब्रिटिशांच्या काळातील चिखल्डा आणि आजचा गर्द वनराईतील चिखलदरा भटकताना येथील हिरवीगर्द वनराई आपल्याला पावलोपावली आभाळमाया देत असते. येथील निसर्गसृष्टीचं अवलोकन करता करता सातपुड्यातील एका उंच अशा पंचबोल पॉइन्टच्या दऱ्याखोऱ्यांतून कधी कधी वाघाची डरकाळी ऐकू येते. कधी-कधी बिबट्याचे दर्शन होते आणि कधी-कधी विदर्भातून नामशेष झालेल्या पांढऱ्या छातीची दुर्मीळ गिधाडंसुद्धा नजरेत पडतात. मात्र या सर्वांवर मात करतं ते येथील आल्हाददायक वातावरण. त्यामुळेच येथून माघारी फिरताना पावलंही जड पडतात.

-o-o-o-

१०.
श्रावणी वनवैभव

रानावनांतील हिरवीगार शेते पिकांनी डोलू लागली होती. आदिवासी बांधव शेतीच्या कामात गुंतले होते. दऱ्याखोऱ्यांच्या मेळघाटातील पर्वतराजीने क्षितिजापर्यंत हिरवी शाल पांघरली होती. त्यावर पांढऱ्याशुभ्र पुंजक्यांचे ढग लडिवाळपणे खेळत होते. नभात कृष्णमेघांची दाटी झाली. रानवाऱ्याने त्यांच्याशी हातमिळवणी केली आणि श्रावणधारा बरसू लागल्या. वृक्षलता चिंब भिजू लागल्या. त्यांच्या पानापानांवरून पाणी जमिनीवर पडू लागले. त्याचे ओहळ तयार होऊन ते नदी-नाल्यात जाऊ लागले होते. त्यामुळे नदीनाले भरभरून वाहू लागले. मेळघाटच्या डोंगरवनांतील धबधबे काळ्या शिळांवरून खाली जमिनीवर कोसळू लागले होते. कुठेकुठे त्यावर धुकही पांघरले जात होतं. क्षणातच वाऱ्याच्या झुळकीमुळं धबधब्यावर पांढरी शाल पांघरली जायची आणि क्षणातच धुक्याचा पडदा बाजूला व्हायचा, तसं निसर्गाचं स्वर्गीय रूप नजरेत पडायचं. निसर्गाचं हे खळाळतं हास्य अनुभवणे म्हणजे स्वर्गीय सुखाची अनुभूतीच मिळाल्यासारखे वाटत होते.

परतवाडा सोडलं अन् समोर दूरवर सातपुडा पर्वताच्या विस्तीर्ण रांगा खुणावू लागल्या. सातपुडा पर्वतरांगांतील समृद्ध मेळघाटात हे निसर्गदृश्य रिमझिम झरणाऱ्या श्रावणात जागोजागी पाहण्यास मिळते आणि पाहणाऱ्याच्या मनाला नवीन उभारी मिळते. आनंदी आयुष्य जगण्यासाठी त्याला अशा निसर्गरूपामुळे ऊर्जा

मिळत असते. मानवी आयुष्यही असंच आहे. नदीच्या प्रवाहासारखं ते सतत वाहत राहिलं पाहिजे. तरच ते जीवन.

वर्षाऋतू हा सृजनपर्व सुरू करणारा ऋतू आहे. आकाश आणि धरतीच्या मिलनात ढग हे प्रेमदूत बनून येतात. मेघाचा अर्थ वर्षाव करणे असा होतो. जलधर, पयोधर आणि वारीवाह ही ढगांची तीन रूपं आहेत. कालिदासाने वर्षाऋतूचं वर्णन जलदसमय असे केले आहे. इंद्रधनुष्यातून चराचराच्या सौंदर्याचा वेध घेणारा हा ऋतू. जलबिंदूंतून सूर्यप्रकाशाच्या सप्तरंगांचे अभिनव दर्शन देणारा आहे. पिंपळाची चमकदार तांबडी-कोवळी पानं श्रावणवाऱ्याने डौलाने फडकत असतात. समुद्राच्या लाटांसारखा त्याच्या पानांच्या सळसळण्याचा आवाज मंत्रमुग्ध करत असतो. तो ऐकून मनाला नवचैतन्य मिळत असते. भव्य वटवृक्षावर लालबुंद फळं चाखण्यासाठी द्विजगणांची नुसतीच रेलचेल चाललेली असते. कोकीळ, बुलबुल, पोपट यांच्या गजबजाने डेरेदार भव्य असा वड बोलू लागतो.

नभात ढगांची आणि सृष्टीवर पावसाची छाया पांघरलेलीच होती. सूर्यबिंब जवळपास नाहीसे झाले होते. ढग एकमेकांवर कुरघोडी करताना दिसत होते. वीज चमकली की काळे-पांढरे ढग अलग झालेले दिसत होते. पश्चिमेच्या क्षितिजाजवळून तांबूस-जांभळे ढग जाताना दिसत होते. कधी-कधी त्यातून पिवळा प्रकाश खुलत होता. जाई-जुई, मोगऱ्याचा सुगंध श्रावणसरीतील वाऱ्याच्या झुळकीमुळे बेधुंद करून सोडत होता. रानावनांत रानझेनिया, घाणेरी, बाभूळ यांना फळांचे घोस पकडू लागले आणि हळूहळू त्यांवर फुलपाखरांची, भ्रमरांची गर्दीही होऊ लागली होती. श्रावण म्हणजे हिरव्या रंगाची मुक्त उधळण. वृक्षलता हिरव्या पानांनी लदबदून जातात. सारी अरण्यभूमी हिरव्या रंगात झाकून जाते. नदी-नाल्याकाठचे दगडही शेवाळाचे मखमली गालिचे पांघरून घेत असतात.

मेळघाटचे श्रावणी वनवैभव अनुभवता अनुभवता चातक पक्ष्याचे पिऊ, पिऊ, पिप्पी पिऊ हे शब्द अख्ख्या रानावर पसरत होते. पाण्यासाठी त्याची ही आर्त हाक असावी. कारण हा पक्षी जमिनीवरचे पाणी कधीच पीत नाही. झाडाच्या पानापानांवर पडणाऱ्या पाण्याचे थेंब तो पानाच्या शेवटच्या टोकाला चोच लावून ग्रहण करत असतो. चातक म्हणजे पाइड क्रेस्टेड ककू हा पक्षी आकाराने मैनेएवढा असून त्याची शेपटी मात्र लांब असते. गळा, छाती आणि पोट काळ्यापांढऱ्या रंगाचे असते म्हणून यास पाइड असे म्हणतात. त्याच्या काळ्या डोक्यावरची काळ्यारंगाची पिसं त्याच्या सौंदर्यात आणखी भर घालतात.

चातकाच्या पंखांचा रंग कबरा असून त्यावर एक पांढरी पट्टी असते. लांब शेपटीच्या टोकाची पिसे पांढरी असून खालून पांढरे-काळे आडवे चौकोन दिसतात. किडे, कीटक, अळी, कोष, मुंग्या आणि वृक्षाची कोवळी पाने हे चातकाचे अन्न आहे. संस्कृत काव्यग्रंथांतून चातक, मेघ आणि पाऊस यांच्या अन्योन्यसंबंधांचा उल्लेख आहे. ज्ञानेश्वरीत म्हटले आहे -

भरले सरिता समुद्र चहुंकडे। परि ते बापियांसी कोरडे ।
कां जे मेघौ नि थेंबुटा पडें ते पाणी की तया ।।

दरवर्षी चातक पक्षी मृगसरीसोबत येतात आणि पावसाळा संपला की भारतात किंवा पृथ्वीच्या ज्या भागात पाऊस पडतो त्या भागांकडे जातात. जाताना ते आपली पिल्लं येथेच सोडून जातात. पुढच्या वर्षीच्या पावसाळ्यानंतर तीही आपल्या मायबापांबरोबर निघून जातात. मेघाच्या जलबिंदूवर जीवननिर्वाह करण्याचा चातकाचा संकल्प एवढा प्रसिद्ध आहे की, कालीदासाने त्यास चातकव्रत हे नाव दिले आहे.

अत: खल भवता दिव्यरसाभिलाषिणा ।
चातकव्रतं गृहीतम् - दिव्यरस ।।

अर्थात देवलोकातील अप्सरा-उर्वशीची कामना करणारे आपण चातकव्रत घेतले आहे. मल्लीनाथ हा टीकाकार चातकव्रताची कारणमीमांसा देताना म्हणतो- 'धरणीपतितं तोयं चातकानां रुजाकरणम्' म्हणजे पृथ्वीवर पडलेले पाणी प्यायल्याने चातक आजारी पडतो. तो चोचीतून मेघाचे दोन-तीन थेंब पाणी पितो.

सांजप्रहरी मेळघाटचं हृदयस्थान असलेल्या कोलकास वनविश्रामगृहावर पोचलो. पावसाचा जोर वाढला होताच. येथील संपूर्ण वनसृष्टीवर संधिछाया पसरली होती. गर्द हिरव्या वनराईतून वाहणाऱ्या सिपना नदीच्या पात्रातून एक गूढ आवाज येऊ लागला. तो होता नदीच्या खळखळण्याचा. जणूकाही पुढे चला, पुढे चला सागराकडे, असा तो आवाज होता. तशीही प्रत्येक नदी-नाल्याची ओढ सागरास मिळण्यासाठीच असते. मायेची ओढ तशीच ही सागरओढ आहे. या अंधारबनावर राज्य होते ते टिमटिमणाऱ्या काजव्यांचे, तर दिगंतरात तारकापुंजांचं. वनश्रीवरील हे दृष्य मन मोहित करीत होते. या काळात काजव्यांचे प्रेमाराधन सुरू असते. नर काजवे आपल्या चंद्रज्योतीसारख्या सुंदर निळ्या रुपेरी पेटत्या पुच्छांनी प्रेयसीला आकर्षित करत असतात. श्रावणाच्या अखेरपर्यंत त्यांची ही प्रेमलीला सुरूच असते.

मेळघाटातील सेमाडोह, कोलकास, हरिसाल तारुबांदा, चिखलदरा परिसरातील अरण्यात पावसाळी भटकंती झाली. सारी निसर्गसृष्टी कशी हिरव्या रंगात न्हालेली दिसत होती. चिंब भिजलेली होती. सिपना, गडगा, खापरा, खंडू आणि डोलार ह्या नद्या ओसंडून वाहत आहेत. पक्षिजीवन संपन्न दिसत आहे. एकंदरीत सारी सजीव सृष्टी आल्हाददायी दिसत होती. सृष्टीचक्रात निसर्ग आपली विविध रूपं तीनही ऋतूंत दाखवीत असतो. मात्र श्रावणी वनवैभव अनुभवणे म्हणजे नवचैतन्य मिळविणे असेच असते. अशा प्रसन्न वातावरणात बालकवींचे शब्द नकळतच ओठावर येतात -

श्रावणमासी हर्ष मानसी हिरवळ दाटे चोहिकडे
क्षणात येते सरसर शिरवे क्षणात फिरुनी ऊन पडे

नव्या फुलांच्या आगमनाने रानावनांत बहर येतो. शिरीषाची फुले अधिक टपोरी झालेली दिसतात आणि पारिजातकाच्या मोत्यापोवळ्यांच्या राशीतून श्रावणाचे हसू फुटते. सोनचाफ्याच्या फुलांवर सोनेरी रंग फुलू लागतो. या विविधरंगी, विविधढंगी फुलांच्या पायघड्यांवरून ऋतुचक्र एकमेकांच्या हाती सूत्र सोपवीत असते. सारी सजीव सृष्टी यात सामील झालेली असते.

निसर्ग देव आहे. दयाधन आहे. तसाच तो रुद्रभीषणही आहे आणि तो करुणानिधीही आहे. त्याकडे श्रद्धेने पाहिले पाहिजे. निसर्गावर प्रेम करा. निसर्गाचे रक्षण करा. यावर सबंध सजीव सृष्टीचे भवितव्य अवलंबून आहे.

-०-०-०-

११.
सागपिसारा

मान्सून आता देशाच्या उत्तर भागात सरकला होता. वर्षाऋतूची वाटचाल शेवटच्या चरणाकडे चालली होती. ऊनपावसाचा लपाछपीचा खेळ सुरू झाला आणि खटकाली वनचौकीचं गेट ओलांडून मेळघाटात आम्ही प्रवेश केला. सातपुड्याच्या अंगाखांद्यावरून नागमोडी वळणे घेत जाणारे डांबरी रस्ते ओलेचिंब झाले होते. दोन्ही बाजूंनी हिरव्यागार वृक्षवेलींनी आपल्या लक्षावधी हातांनी डोंगराच्या शिखरापर्यंत हिरवा रंग ओढत नेला होता. त्यापलीकडे केवळ क्षितिज आणि दिगंतरात काळ्यापांढऱ्या ढगांचे पुंजके दिसत होते. त्यांच्या लपंडावातून कधीकधी निळे निळे आकाश दृष्टीस पडत होते, तर कधी सूर्यकिरणांचे कवडसे हिरव्या सृष्टीवर पडत होते. त्यामुळे काही भाग उजळून निघत होता. रस्त्याने दोन्ही बाजूंना हिरवा तृणमेळा माजावर आला होता. त्यात घाणेरी, रानतिवडी, रानहळद, कळलावी, रानपराटी, रानझेनिया इ. रानफुलांनी सृष्टीवर निसर्गरंग भरला होता. पावसाळी सौंदर्याने अरण्यावर मोहिनी घातली होती. ते पाहताना फुलाफुलांतून मध पिणाऱ्या फुलपाखरांसारखा आनंद मनात होत होता.

सागाची झाडं रस्त्यापासून दूरवर क्षितिजापर्यंत उंच-उंच पसरली होती. प्रत्येक झाड हत्तीच्या कानाएवढ्या हिरव्या-हिरव्या पानांनी लदबदलेलं होतं. जणूकाही सर्वदूर हिरव्या रंगाचा अथांग सागरच तेथे पसरलेला दिसत होता. त्यावर पांढऱ्या ढगांच्या

पुंजक्यांनी पखरण केली होती. ती होती सागवृक्षाच्या फुलांची. पांढऱ्या दुधिया रंगाच्या मोतीदार फुलांनी त्यावर शिंपण केली होती. डोंगरी रानवाऱ्यामुळं त्या हिरव्या सागावर लाटांचे तरंग उमटल्यासारखे वाटत होते. सारी मेळघाटसृष्टी जणूकाही सागपिसारा लेऊन नाचू लागली होती.

मेळघाटांमध्ये ६० टक्के सागवृक्ष आहेत. ब्रिटिशांनी स्वातंत्र्यपूर्व काळात येथे लागवड केली होती. सागाच्या लाकडाचा फार मोठा व्यवसाय त्या काळी येथे चालत होता. इंग्लंडमध्ये घराच्या आणि फर्निचरच्या वापरासाठी प्रचंड प्रमाणावर सागाचं लाकूड मेळघाटातून पुरविलं जात होतं. त्यासाठी ब्रिटिशांनी रस्त्यांचे, रेल्वेमार्गांचे जाळे येथे विणले होते. स्वातंत्र्यानंतर मात्र या सागाची परवड थांबली. व्याघ्रप्रकल्प, अभयारण्य यांमुळे वन्यप्राण्यांसाठी मेळघाट हे महाराष्ट्रातील एक प्रमुख आश्रयस्थान निर्माण झाले. आज मेळघाटात उन्मळून पडलेले झाडसुद्धा उचलण्याची परवानगी नाही. कारण अशा झाडांवरही असंख्य सूक्ष्मजिवांना आश्रय मिळतो. त्यांच्या कित्येक पिढ्यांची वाढ तेथे होत असते.

सागवृक्षाला मेळघाटातील कोरकू आदिवासी सिपना असे म्हणतात. म्हणून या समृद्ध मेळघाटच्या सागागारातून एक नदी वाहते तिला सिपना असे नाव पडले आहे. निसर्गपूजक कोरकू हे या सागाची पूजा करतात. त्यांना देव मानतात. भर उन्हाळ्यात अरण्यात पाण्याचे साठे कमी झाल्यावर रानगवे, सांबर, अस्वल इ. वन्यजीव याच सागवृक्षाच्या साली काढून त्या चघळतात. त्यातून त्यांना पाणी मिळते आणि त्यांची तहान भागविली जाते. असा हा साग मेळघाटच्या जीवन सृष्टीसाठी जीवनदायी आहे.

सागाचे शास्त्रीय नाव Tectona grandis असून तो व्हर्बिनेसी कुळातील आहे. हा एक उंच असा वृक्ष असून तो पानगळीचा आहे. महाराष्ट्रातील बहुतेक सर्व वनांत त्याची मोठ्या प्रमाणावर लागवड केली जाते. याचे खोड उंच व सरळ असते. त्याची साल पिवळसर तपकिरी रंगाची असून ती तंतुमय असते. साग-वृक्षाच्या डहाळ्या चोकोनी असून त्याला मध्ये पन्हाळी असते. पाने दोन्ही टोकांना निमुळती होत गेलेली असतात. पानाचा वरचा भाग खरखरीत असून खालील भाग मृदू व केसाळ असतो. शिरा खालून ठसठशीतपणे दिसतात. सागाची पानगळ हिवाळ्यात होते. नवीन पालवी मे महिन्यात येते. फुले बारीक मोतीदार पांढऱ्या रंगाची असून ती सरळ दांड्यावर येतात. हा दांडा लांब असतो. जून ते सप्टेंबर या काळात साग फुलांनी डवरून जातो. फळ मात्र कठीण

कवचाचे असते. त्यावर पिवळी तपकिरी दाट लव असते. फळांमध्ये चार कप्पे असून त्यामध्ये तिळासारखे बी असते. सागाची तांबूस-करवी कोवळी पाने तळहातावर कुस्करल्यास बोटाला रंग लागतो. लागवडीनंतर जवळपास पंधरा वर्षांनंतर त्याचे लाकूड बल्लीएवढे होते. त्यानंतर वयाच्या ३० ते ४० वर्षांनंतर ते टिकाऊ फर्निचर व घराच्या दारे खिडक्यांकरिता उपयोगी पडते. सागाचे सरासरी आयुष्य १०० ते १२० वर्षे एवढे असते.

महाराष्ट्र आणि मध्यप्रदेश सीमेपर्यंत अमरावती जिल्हा पसरलेला आहे. सातपुड्याच्या दऱ्याखोऱ्यांत विस्तीर्ण पसरलेला हा सागाचा ऋतुबरवा मेळघाट सहाही ऋतूंमध्ये आपलं वेगवेगळं रूप दाखवत असतो. ते अनुभवण्यासाठी मग माझी पावलं प्रत्येक ऋतूत जैविक विविधतेनं संपन्न असलेल्या मेळघाटी अरण्याकडे वळू लागतात. मात्र वर्षाऋतूतील फुललेल्या मेळघाटी सागाचं रूप इतर ऋतूंपेक्षा वेगळंच असतं. ते देत असतं वाहत्या पाण्यासारखं जीवन जगण्याचं बळ.

-०-०-०-

१२.
देणं वैशाखाचं

विदर्भाच्या रखरखत्या वैशाख उन्हात माझी पावलं रानावनांत पडली. हजारो वर्षांच्या इतिहासाचं गुप्त धन आपल्या पोटात साठवलेला सातपुडा बाह्य अंगाने बोडखा झाला होता. राखाडी-पिवळसर छाया त्यावर पसरली होती. नदी-नाले कोरडे पडले होते. रानावनांत जेथे जेथे नैसर्गिक पाणवठे आहेत तेथे वड, पिंपळ, जांभूळ, उंबर, अर्जुनाची हिरवी झाडं आपल्या छायेत सजीव सृष्टीला आधार देत उभी होती. आम्रवृक्ष हिरव्या कैऱ्यांनी डवरले होते. लाही लाही करणाऱ्या वैशाखी उन्हात नानाविध रानपाखरं या वृक्षांवर आपल्या दैनंदिनीत गुंतली होती. वड, पिंपळ आणि उंबराच्या फळांवर ती यथेच्छ ताव मारत होती. यात आघाडीवर होते कोकीळ, हळद्या, सुतार, बुलबुल, मैना, कोतवाल, पल्लवपुच्छ कोतवाल इ. पक्षी. एवढ्यात मोठ्या पंखांच्या धनेश पक्ष्याची हालचाल माझ्या नजरेत पडली. ती धनेश मादी होती. तिने आपल्या भल्यामोठ्या चोचीत फळ धरून आणलं होतं. एका जांभळाच्या झाडावरती ती अलगद उतरली. तिथं तिची पिल्लं वाट पाहत बसली होती. त्यांच्याजवळ जाऊन या धनेश मादीने त्यांना चोचीत भरवणे सुरू केलं. त्या वेळी त्या पिल्लांचा आकांत पाहण्याजोगा होता. काही वेळातच नुकतेच आपल्या पंखात बळ आलेली ती दोनही पिल्लं आपल्या आईबरोबर किऽ किऽ करत पलीकडच्या रानात निघून गेली. मीही रानवाटेने सावध होऊन पुढे निघालो.

मेळघाटच्या शुष्कपर्णगळीच्या या वैशाखी

उन्हात दूरवरून रानवाटेवरच्या सोनपिवळा रंग पांघरलेल्या एका वृक्षाकडे लक्ष गेलं. जवळ जाऊन पाहतो तो काय आश्चर्य! बहावाचं झाड पिवळ्याधम्म झुबकेदार फुलांनी नखशिखांत सोनं पांघरून उभं होतं. विशेष म्हणजे त्याला एकही पान नव्हतं. नुसताच सोनेरी फुलांनी नखशिखांत बहावा लदबदून गेला होता. अहाहा..... काय ते सौंदर्य ! सारं शुष्क अरण्य या बहाव्याच्या सौंदर्यानं खुलून गेलं होतं. त्याच्या सौंदर्याला जिवंतपणा उधळीत होते ते त्यावर काळसर निळसर झाक असलेले सूर्यपक्षी. एवढ्या रखरखत्या उन्हात मला मात्र बहावा अत्यंत आल्हाददायी वाटत होता. त्याच्या स्वर्गीय सौंदर्यानं माझ्या मनावर मोहिनी घातली होती. स्वर्गातून उतरलेली ती एक परीच वाटत होती.

निसर्ग आपलं सौंदर्य प्रत्येक ऋतुत वृक्ष-लतांच्या वेगवेगळ्या रंगांच्या फुलोऱ्यावरून खुलवत असतो. रानावनांत वसंताच्या आगमनाबरोबर शेंदऱ्या रंगाचा पळस नखशिखांत बहरलेला असतो. पळसाचे हे अंतिम चरण असते. त्याच्या सोबतीला असते ते शाल्मलीचं झाड. चाफ्यासारख्या पाच पाकळ्यांच्या लाल रंगाच्या फुलांनी हे उंच झाड फुलून जातं. पळस आणि शाल्मलीचा फुलसंभार उतरत नाही तोच रानावनांतलं सोनं पिवळ्याधम्म फुलांच्या घोसांनी डवरू लागतं. या सोनेरी झाडाचं नाव आहे बहावा. पाचच पाकळ्यांची ही पिवळीधम्म फुलं पिवळ्या फुलपाखरांच्या थव्याप्रमाणे अख्ख्या झाडाला लटपटून जातात. स्पर्शाने हा मखमली फुलांचा बहावा येणाऱ्या जाणाऱ्याची वाहवा मिळवत उभा असतो.

पाकळ्या खोलगट समईच्या पुड्यासारख्या असून फुलांमध्ये दहा वक्राकार पुंकेसर असतात. काळ्या-कळ्यांचे दीड-दोन फुटांचे लांब घोसच झाडाच्या फांदी-फांदीवरून खाली लोंबकळत असतात. तेव्हा ते दृश्य मोठे मनोरम असते. एखाद्या रूपगर्वितेसारखा हा बहावा आणि त्याचे पुष्पवैभव केवळ बहाव्यानेच दाखवावे. नव्हे, निसर्गानेच ही व्यवस्था करून ठेवली आहे.

बहावाचं शास्त्रीय नाव Cassia fistula असे असून यालाच **'अमलतास'** असे म्हणतात. हा वृक्ष Leguminasae या कुळातील आहे. रानावनांत राहणारे आदिवासी बांधव याला **'बाना की बासूरी'** असे म्हणतात. रखरखत्या ग्रीष्मात बहावाच्या फुलांची ते शिजवून भाजी करतात. याच्या हातभर लांबीच्या बासरीसारख्या शेंगा अस्वल आणि वानरांचं या ग्रीष्म ऋतूतील आवडतं खाद्य होय. या झाडाची साल, फुलं आणि शेंगांतील गर यांचा औषधात खूप उपयोग होतो.

बहावा हा पानगळीचा वृक्ष असून तो महाराष्ट्रात सर्वत्र आढळतो. याच्या अनोख्या पुष्पवैभवामुळे रस्त्याच्या कडेला किंवा बागेमध्ये आजकाल बहावा दिसायला लागला आहे. निष्पर्ण झाडाच्या फांद्या-फांद्यांतून लांब-काळसर शेंगा लोंबकळत असताना पानाअगोदर फुलांचा वर्षाव करणारं हे बहावाचं अनोखं वैशिष्ट्य होय. म्हणूनच याला The Golden Shower Tree असे म्हणतात. फुलांचा मंद सुगंध सुटला, की काळे भुंगे या सोनपिवळ्या फुलांवर गुंजारव करताना दिसतात. तेव्हा तो दृष्ट लागू नये म्हणून आईने आपल्या तान्हुल्या बाळाच्या गालावर लावलेल्या काजळाच्या टिळ्यासारखा दिसतो आणि खरेच या बहावाचं चैत्रसौंदर्यही दृष्ट लागावं असंच असतं आणि म्हणूनच मी प्रत्येक ऋतूत फुलणाऱ्या इतर झाडांप्रमाणे चैत्रात बहावाच्या आगमनाची वाट पाहत भटकत असतो. रानावनांतलं सोनं बहावा मात्र संपूर्ण ग्रीष्म अंगावर घेत मृग नक्षत्राच्या हाती सूत्रं सोपवत असतो.

—०—०—०—

१३.
पळसफुलांचं अरण्य

क्षितिजावर पूर्वेचं तांबडं उधळत असताना माझी पावलं इंधला-वृंदावनच्या रानात पडली. अमरावतीपासून पूर्वेकडे अंदाजे दहा किलोमीटर असलेलं हे अरण्य. सर्वत्र पानगळ सुरू झाली होती. निष्पर्ण झाडे समाधि-अवस्थेत गेल्यासारखी दिसत होती. पळसावर मात्र शेंदऱ्या फुलांचा उत्सव सुरू होता. रानात सर्वत्र शेंदऱ्या रंगाचे ताटवे अंथरले होते. पूर्वेचा तांबडा सूर्य आणि या पळसफुलांची जणूकाही हातमिळवणी झाल्यासारखे मला वाटत होते. त्या फुलांवर सूर्यपक्षी, कोतवाल, बुलबुल, शिंपी इ. पक्षी त्यांतील मध चाखण्यात दंग झाले होते. असंख्य बारीक-सारीक किडे-कीटकंही त्यांवर होती. वृंदावनातील नाला ओलांडून जात असताना चितळांचा एक कळप माझ्या आगमनाने रानवाटेच्या दुतर्फा विखुरला गेला. घाणेरीच्या वाळलेल्या झुडपांमधून मी गुडघ्यावर बसून त्यांचा मागोवा घेत होतो. परंतु प्रयत्न निष्फळ ठरत होते. माझी पावलं आता इंधला तलावाकडे पडू लागली. दाही दिशांचं अरण्य शेंदऱ्या रंगात पेटून उठलं होतं. बेशरमच्या आवाक्यातून तलावाच्या काठावर पोचलो आणि काय आश्चर्य! तलावही शेंदऱ्या रंगाने पेटून उठला होता. आजूबाजूच्या भगव्या पळस वृक्षांचं प्रतिबिंब पाण्यात जागोजागी दिसत होतं. जणूकाही तलावातही अग्नी पेटल्यासारखा तो अग्निकुंड वाटत होता.

मध्यम उंचीचा वेडावाकडा वाढणारा पळस

हा वृक्ष. याचे शास्त्रीय नाव Butea monosperma असं आहे. हा पानगळीचा वृक्ष असून त्याची साल करड्या रंगाची असते. पानं मोठी असून तीन पर्णिकांचे एक संयुक्त त्रिदल पान असते. पळसाची पानगळ उन्हाळ्यात होते. त्याच्या पाकळ्या १५ सेंटीमीटर लांबीच्या असून त्याचे टोक पोपटाच्या चोचीसारखे असते. हा वृक्ष जेव्हा शेंदऱ्या फुलांनी डवरून येतो, तेव्हा असंख्य फुलपाखरांनी ही झाडं नखशिखान्त भरून गेल्यासारखी वाटतात. पानांचा उपयोग द्रोण व पत्रावळी बनवण्यासारखी करतात. संस्कृतमध्ये पळसाला 'किंशूक' असं म्हणतात. माघात फुलू लागलेला पळस फाल्गुनाच्या सुरुवातीला आपल्या सौंदर्याच्या चरणसीमेवर असतो. चैत्र महिन्यापर्यंत म्हणजेच वसंत ऋतूच्या आगमनापर्यंत पळसाला फुलांच्या जागी चपट्या शेंगा पकडतात. त्या वाळल्या असताना रानवाऱ्यामुळे साऱ्या अरण्यात समुद्रलाटांसारखी त्यांची गाज ऐकू येते. तर कधी-कधी ग्रीष्मात पावसाच्या टपोऱ्या सरींचं आगमन झाल्यासारखा भास होतो.

तलावाच्या एका काठावर उजव्या डोंगराच्या पायथ्याशी मला पळसपानांनी झाकलेल्या पाच-सात चंद्रमोळी इवल्या-इवल्या झोपड्या दिसल्या. प्रत्येक झोपडीत चारही दिशांनी स्वच्छ प्रकाश व रानवारा खेळत होता. पाच तरुण निसर्गकन्या डोक्यावर पाण्याचे हांडे भरून आल्या. त्या मेळघाटातील कोरकू मुली होत्या. मला पाहून त्या दचकल्या. मात्र मी त्यांच्याशी तुटक्या-तुटक्या कोरकू भाषेत संवाद साधायला लागलो, तसतशा त्या जवळ येऊ लागल्या. त्यांचे मी छायाचित्रही घेतले. जवळच्या डिजिटल कॅमेऱ्यात त्यांना त्यांचे छायाचित्र दाखवू लागताच त्यांनी आनंदाने माझ्याभोवती हसत-हसत घोळका केला. डोंगरदऱ्यांतील आदिवासी निर्मळ, नि:स्वार्थी स्वभावाचे असतात, हे मला गेल्या २५ वर्षांच्या मेळघाटच्या अरण्यभटकंतीतून अनुभवास आले होते.

दरवर्षीप्रमाणेच या वर्षीही मेळघाटातून ४०-५० आदिवासींचे कुटुंब मजुरीकरिता या भागात स्थलांतरित झाले आहे. होळीला ते परत त्यांच्या डोंगर-दऱ्यांतील गावी परततात. येथे त्यांनी तलावाशेजारी निवारा केला होता. चर्चेनंतर मला हे कळले. त्यांच्या वस्तीतील सर्व पुरुषव्यक्ती मजुरीवर गेले होते. केवळ एक पुरुष या मुलींसोबत होता. काही वेळ त्यांच्याशी गप्पागोष्टी करून त्यांचा निरोप घेऊन मी परतीवर निघालो. निसर्गाच्या सहवासात राहणारी माणसं निर्मळ मनाची आणि विनम्र असतात. निसर्गातूनच त्यांच्यात हे गुण आपोआप आलेले असतात.

पळस. माघापासून सृष्टिसौंदर्याची धुरा समर्थपणे आपल्या खांद्यावर पेलणारा एक सुंदर वृक्ष. शिशिर सुरू झाला, की रानावनात पानगळ सुरू होते. झाडं हळूहळू बोडखी पडू लागतात. मात्र या काळात पळसाची झाडं शेंदऱ्या रंगाच्या फुलाफुलांनी नखशिखान्त बहरू लागतात. जंगलात केसरिया रंगाच्या फुलांचे ताटवे अंथरले जातात आणि रानावनाचं सृष्टिसौंदर्य खुलून जातं. अरण्याचा असा भाग मग एखाद्या अग्निकुंडासारखा वाटतो. काही शहरांतून गावाकडे जाणारे रस्तेही या काळात पळस फुलांनी बहरलेले दिसून येतात. हया पळस वृक्षावर पाखरांचा आनंदोत्सव सुरू असतो. फुलांतील मध चाखण्यास सूर्यपक्षी, बुलबुल, कोकीळ, कोतवाल, कावळे इ. पक्षी गर्दी करू लागतात.

ज्या वनात चोहीकडे ही झाडं फुललेली दिसतात- तो भाग अग्नी पेटल्या सारखा दिसतो. म्हणून पळसाला flame of the forest असं म्हणतात आणि या फुलांना अग्निफुलं म्हणतात. प्राचीन काळी या झाडांचा उपयोग अग्नी पेटविण्यासाठी केला जात होता. डोंगरदऱ्यांत राहणाऱ्या आदिवासी बांधवांचा पळस हा वृक्ष पूजनीय आहे. होळीच्या रंगपंचमीत या पळसफुलांना शिजवून रंग तयार करतात आणि तो एकमेकांवर उधळतात. या फुलांमध्ये त्वचेचे रोग न होणारा औषधीयुक्त गुणधर्म आहे. त्वचेची प्रतिकारक्षमताही हा रंग वाढवितो. ही फुले दाह प्रशमक आहेत. पळसाची फुलं बाह्य कृमिनाशक आणि स्वास्थ्यसंवर्धन करतात. या वृक्षाची साल, मूळ यांनादेखील आयुर्वेदात महत्त्व आहे. कोरकू आदिवासी पळस वृक्षाला **'पासरा'** असे म्हणतात.

संपूर्ण फुलाफुलांनी डवरलेल्या झाडांवर पाखरांची गर्दी झाडाला अधिक बोलकं करतात. या काळात पक्षिनिरीक्षकांसाठी हा वृक्ष महत्त्वाची भूमिका बजावतो. पर्यावरणसंतुलनात पळसाची झाडं मोलाचं काम करत असतात. एका झाडावर हजारो फुलं लागतात. सगळ्या फुलांनी जर बी पकडलं तर त्याची असंख्य झाडे तयार होतील आणि संतुलन बिघडून जाईल म्हणून ही नाजूक फुलं पाखरांच्या हलक्याशा स्पर्शामुळं अथवा हवेच्या झुळकीमुळं गळून पडतात. निसर्गानंच ही संतुलनाची व्यवस्था करून ठेवली आहे.

सूर्य माथ्यावर येऊ लागला होता. इंधला-वृंदावनच्या रानात शेंदऱ्या पळसफुलांनी पेटलेल्या अरण्याच्या अग्निकुंडातून माघारी फिरणारी माझी पावलंही माणसांच्या सिमेंट काँक्रीटच्या जंगलाकडे जाण्यास आता जड झाली होती.

अलीकडे जंगलाचा ऱ्हास फार मोठ्या प्रमाणात वाढला आहे. पळस वृक्षही

त्यात बळी पडत आहेत. घरगुती इंधन आणि इतर कामासाठी या पळस वृक्षांची तोड होत आहे. झाडं, पशु-पक्षी हे नेहमी पर्यावरण संतुलन राखत आले आहेत. मानव मात्र ते सतत बिघडवण्याचंच काम करत आला आहे. तुकाराम महाराजांनी सांगितल्याप्रमाणे -

वृक्षवल्ली आम्हा सोयरे वनचरे...

हे शब्द मानव कधी मनावर घेणार?

-०-०-०-

१४.
आदिवासींचा कल्पवृक्ष : मोहा

मोहा एक मोहमयी वृक्ष. डोंगररानात राहणाऱ्या आदिवासी बांधवांचा कल्पवृक्ष. याचे शास्त्रीय नाव 'मधुका इंडिका' असे असून हा वृक्ष Sapotaceae या कुळातील आहे. शुष्कपर्णगळीच्या अरण्यात शिशिर संपतासंपता चैत्र जवळ येऊ लागला, की हा डेरेदार मोहवृक्ष पांढऱ्या दुधाळ फुलांनी नखशिखान्त डवरू लागतो. ही फुलं फांद्यांच्या टोकाला झुपक्या-झुपक्यांमध्ये लागतात. त्यांची चव गुळमट, मंद व मादक असते. आदिवासी बाया-बापड्या मग भल्या पहाटेच रानावनात ही मोहफुले वेचायला जातात. कारण मध्यरात्रीनंतरच ही फुलं गळू लागतात. ती गोळा करून आणल्यानंतर घराच्या छपरावर, अंगणात वाळत घालतात. बाजरीत मिसळून त्याच्या भाकरी जेवणात वापरतात. याला 'कोदाकुटकी' असे म्हणतात. तसेच हे आदिवासी बांधव या फुलांपासून कुटुंबाच्या गरजेपुरते मद्यही काढतात. ते प्यायल्याने झिंग चढते. सण-उत्सव आणि आनंदाच्या प्रसंगांमध्ये ते याचा उपयोग करतात. याला कोरकूमध्ये 'सिड्डू' असेही म्हणतात.

मोहमयी मोहफुलं आदिवासीप्रमाणे जंगला-मधील अस्वल, सांबर, भेडकी इ. वन्य प्राण्याचंही आवडतं खाद्य होय. कधी-कधी साखरपहाटे या मोहवृक्षाखाली अस्वल आणि आदिवासी यांच्या आमने-सामने भेटी होतात. एखाद्या वेळेस अस्वलाच्या हल्ल्यात आदिवासी जखमीही होतात.

मोहफुलांचा हंगाम संपला, की फुलानंतर तेथे सुपारीएवढी गरयुक्त फळं बाळसं धरू लागतात. याला 'टोई' असे म्हणतात. ही फळं चाखायला या झाडांवर विशिष्ट असे पोपट गर्दी करू लागतात. त्यांना 'टोई पोपट' असे म्हणतात. एका फळामध्ये एक ते चार बिया असतात. या फळांपासून आदिवासी तेलही काढतात व ते आपल्या घरातील दिव्यांमध्ये वापरतात. टोई फळांबरोबर तांबड्या रंगाचे पानांचे अंकुर फुटू लागतात. जसजशी ही कोवळी तजेलदार पानं मोठी होतात, तसतसं मोहाचं सौंदर्य अधिकच खुलू लागतं. आदिवासींच्या जीवनात महत्त्वाचा घटक असलेला हा मोहमयी मोहवृक्ष एक कल्पवृक्ष ठरला आहे.

नुकताच शासनाने मोहफुलांच्या विक्री व मद्यनिर्मितीस अधिकृत परवानगी देण्याचासुद्धा निर्णय घेतला आहे. त्यामुळे रानावनातील या आदिवासी बांधवांना रोजगार मिळून त्यांच्या आर्थिक परिस्थितीतही सुधारणा होणार आहे. त्याचबरोबर या आदिवासींचा कल्पवृक्ष असलेल्या मोहवृक्षांचे संरक्षण आणि संवर्धनही मोठ्या प्रमाणावर होणार आहे. परिणामी जंगलसंवर्धनात ही बाब महत्त्वाची ठरणार आहे.

–०–०–०–

१५.

वनदुर्ग : मूकनायक गाविलगड

सातपुडा पर्वताच्या एका कडेवर असलेल्या चिखलदऱ्याच्या देवी पॉइन्ट-जवळ अंबादेवीचे दर्शन घेऊन मी उभा राहिलो. रानवारा अंगाला झोंबत होता. येथेच चंद्रभागा नदीचा उगम आहे. येथून ती धारेने हजार फूट खाली उतरते. दक्षिणेकडे उंच-उंच पर्वतांच्या विस्तीर्ण रांगा आणि खाली खोल-खोल दऱ्या दृष्टीस पडतात. त्याच्या पायथ्यातून नदी डोंगरतळात मोझरी गावाकडे प्रवास करते. दक्षिणेकडे दूरवर जवळपास तीनचार किलोमीटरवर एका उंच पर्वताच्या डोक्यावर क्षिजित टेकले होते. निळ्या-निळ्या नभाखाली काळ्या-काळ्या शिळांची लांबच लांब पुसटशी तटबंदी आणि बुरूज दिसू लागले. नव्हे, ते मला खुणावू लागले होते. माझ्या पावलांना त्यांची ओढ लागली आणि मी त्या दिशेने प्रवास सुरू केला. हा प्रवास होता जवळपास एक हजार वर्षांचा इतिहास असलेल्या मूकनायक गाविलगड किल्ल्याकडे पोचण्याचा.

उजवीकडे गाविलगडच्या पायथ्याजवळच्या छत्री तलावाजवळ येऊन पोचलो. काठावरील हिरव्या वृक्षलतांमुळे आणि साचलेल्या पाण्यातील शेवाळामुळे तलावाने हिरव्या रंगाचं रूप धारण केलं आहे. सजीव सृष्टीच्या वाढीसाठी आवश्यक ते वातावरण असलेला हा तलाव आहे. बिबट, सांबर, रानडुक्कर इ. वन्य जीव ग्रीष्म ऋतूत येथे आपली तहान भागवतात. शेवटी पाणी म्हणजेच जीवन हे सूत्र सर्वांनाच लागू पडते. मानवाचे अस्तित्वही या पाण्यावरच अवलंबून आहे.

तलावाच्या काठाकाठाने उजव्या बाजूने पुढे निघालो. पाच फूट लांब आणि तीन फूट रुंद काळ्या शिळा विशिष्ट पद्धतीने रचून तयार केलेली गाविलगडची तटबंदी अवाक करणारी आहे. बऱ्याच ठिकाणी त्यातील मोठमोठ्या शिळा घसरून पडल्या आहेत. काही तर रस्त्यावर येऊन पडलेल्या आहेत. जणू त्या गाविलगडाचा इतिहास सांगण्यास उत्सुक झाल्या असाव्यात. कारण दगडं ही नावानं जरी दगडं असली, तरी आपल्या कित्येक पिढ्या त्यांनी मूकनायक बनून जवळून पाहिल्या आहेत. त्यांची रचना, त्यावरील शिल्पकाम, वास्तू यांमुळे ही दगडं बोलत असतात. हजारो वर्षांचा इतिहास त्यात दडलेला असतो. तो वर्तमान काळातील पिढीला शोधायचा असतो. आपल्या पूर्वजांशी संवाद साधण्याची ती एक अपूर्व अशी संधी असते.

गाविलगडाचा चिखलदऱ्याकडे तोंड असलेला प्रथम दरवाजा म्हणजे 'मछली दरवाजा' होय. या दरवाजाची द्वारपट्टिका तीन कमानींनी युक्त असून उत्तराभिमुख आहे. दरवाजाच्या कमानीवर पूर्व शिलालेख होता. काळाच्या ओघात तो नामशेष झाला आहे. भोसल्यांच्या काळात तो बांधण्यात आला आहे. पुढे मोडक्या-तोडक्या दगडांच्या पायऱ्या चढत तर कुठे पडलेल्या शिळांमधून रस्ता काढत दिसतो तो बुरूजबंद दरवाजा. यास **'वीरभान दरवाजा'** असेही म्हणतात. दोन्ही बाजूंनी दोन बुरूज असल्याने यास बुरूजबंद हे नाव पडले असावे. हा पूर्वाभिमुख दरवाजा असून त्याच्याजवळ गज व शार्दूलाचे शिल्प पडलेले आहे.

यानंतर काही अंतरावर दुसरी तटबंदी लागते. हा किल्ल्याचा मध्यभाग होय. मध्यभागातील पहिला दरवाजा म्हणजे 'शार्दूल' किंवा 'गंडभेरूंड' दरवाजा आहे. सध्याही तो इतर दरवाजांच्या तुलनेत चांगल्या अवस्थेत असून मजबूत आहे. दरवाजाच्या दर्शनी भागावरच्या कमानीवर प्राणिशिल्प कोरलेले आहे. मध्यभागात खजुराचे वृक्ष कोरलेले असून दोन बाजूंना व्याघ्र दाखविलेले आहेत. दोघेही एकमेकांवर झेप घेण्याच्या पवित्र्यात डरकाळी देत उभे आहेत. खाली सहा हत्ती कोरले असून त्यांपैकी चार हत्ती झुंजीत गुंतलेले दिसतात. पाचव्या हत्तीने समोरची आघाडी सांभाळली आहे, तर सहाव्याने व्याघ्रास आपल्या लाथेने वर फेकले आहे. दरवाजाच्या दोन्ही बाजूंस व्याघ्राच्या वर पंख पसरलेले गरुड आहेत. ते द्विमुखी आहेत. गरुडाचा देह मानवासारखा दाखविण्याचा प्रयत्न उत्कृष्ट शिल्पकाम करणाऱ्या शिल्पतज्ज्ञाने केला आहे. यास 'गंडभेरूंड' ह्या नावाने ओळखले जाते. गंडभेरूंड हा काल्पनिक पक्षी असून दक्षिणेतील इतिहासप्रसिद्ध विजयनगरच्या राज्यात पूर्वी केलेल्या चाकरीची आठवण म्हणून

अथवा आपल्या मूळ राजाचा अभिमान म्हणून विजयनगरचे राजचिन्ह आहे. इमादशाहीचा पहिला स्वतंत्र बादशहा फतेअल्लाह इमाद याने बहामनी काळात विजयनगरच्या राज्यात चाकरी केली होती. त्याने विजयनगरच्या राज्यात पूर्वी केलेल्या चाकरीची आठवण म्हणून अथवा आपल्या मूळ राजाचा अभिमान म्हणून विजयनगरचे राजचिन्ह दरवाजावर कोरले असावे. १८ जुलै १९०५ च्या आर्केलॉजीच्या सर्वेक्षण अहवालात तत्कालीन सुपरिटेंडेंट कर्झिनने दरवाजावर कोरलेल्या व्याघ्रांचा सिंह असा उल्लेख केला आहे. सदर उल्लेख चुकीचा असून कोरीव प्राणिशिल्प हे सिंहाचे नसून ते वाघाचेच आहे. फतेउल्लाच्या काळात राज्यात शांती लाभावी याकरिता शांतीचे प्रतीक म्हणून खजुराचे वृक्ष कोरलेले आहेत. त्याचप्रमाणे राज्यात सुरक्षितता, सुबत्ता नांदावी याकरिता पंख असलेला पक्षिराज गरुड कोरला आहे.

त्यानंतर नजरेत पडतो तो दिल्ली दरवाजा. गाविलगडावरील जिवंत इतिहासाचा हा महत्त्वाचा साक्षीदार होय. किल्ल्याच्या सुरक्षिततेच्या दृष्टीने तो अत्यंत महत्वाचा आहे. या दरवाजाची बांधणी विशिष्ट पद्धतीने केली गेली आहे. उत्कृष्ट अशा शिल्पकामाने त्यास सुशोभित करण्यात आले आहे. या दरवाजांवर पूर्व-पश्चिमेस हत्ती व सिहांचे शिल्प कोरलेले असून दरवाजातच चौकीचीही व्यवस्था करण्यात आली आहे. बाहेरून आत प्रवेश करणाऱ्या प्रत्येक व्यक्तीची येथे प्रथम तपासणी केली जात असे. दरवाजाच्या आतील भागाचा उपयोगही ‘चावडी’ म्हणून केला जात असावा. चावडीची बांधणी सुंदर व मनमोहक अशीच आहे. याच दरवाजात इंग्रजांशी लढता लढता बेनीसिंह ह्या राजपूत सरदाराने आपले प्राण सोडले. त्या वेळी चौदा राजपूत स्त्रियांनी जोहार केला होता. येथील समाध्या त्यांची आठवण करून देतात. दिल्ली दरवाजा आणि दर्या तलाव हे भारतीय स्त्रीचा महिमा, गरिमा दर्शविणारे बोलके स्मारक म्हणून आजही कित्येक वर्षांपासून ऊन, वारा, पाऊस अंगावर घेत उभे आहेत.

गाविलगड किल्ल्याच्या दक्षिणेकडे पीरफत्ते हा किल्ल्याचा शेवटचा दरवाजा आहे. त्याचे तोंड अचलपूरकडे आहे. त्या काळी हे मुख्य प्रवेशद्वार होते. सध्या तो भग्न अवस्थेत उभा आहे. याचे बांधकाम अत्यंत मजबूत असून याचे खरे नाव पाथरीद्वार असे होते. या दरवाजावर शिलालेख लिहिला असून सध्या तो अस्पष्ट झाला आहे. दक्षिण-पश्चिमेकडून येणाऱ्या वाऱ्यामुळे त्याची झीज झाली आहे. या शिलालेखावरून फत्तेअल्ला इमाद उलमुल्क याने देवतलावाच्या काठावरील

लहान मस्जिदीचे १४८८ मध्ये नूतनीकरण केले, जुने दगड पुन्हा व्यवस्थित बसविले, असा उल्लेख आहे. टेकडीच्या उतारावरील पायऱ्यासुद्धा फत्तेउल्लाच्याच काळात बांधण्यात आल्या. दरवाज्याच्या कमानीवर भौमितिक नक्षी कोरून त्यास अलंकृत केले आहे. याशिवाय मोत्याचा हार चोचीत धरलेले हंस, कमळपुष्प दरवाजाच्या दोन्ही कमानींवर कोरलेले आहे. या दरवाजावर वेगळ्या स्थापत्यकलेचा उन्मेष आढळून येतो. लहान मस्जिदीला तीन कमानी असून अनेक ठिकाणी नक्षीदार कोरीव काम केलेले आहे. मस्जिदीमध्ये एक शिलालेखसुद्धा कोरलेला आहे. त्यावरून ही मस्जीद निजामशाहीच्या काळात किल्लेदार बहिरामखानच्या मुलाने बांधल्याचे स्पष्ट होते.

महाभारतकाळात भीमाने कीचकाचा वध करून त्याला ज्या दरीत फेकले, त्या प्रसिद्ध कीचकदरीच्या बाजूने कीचक दरवाजा व पश्चिमेस मोझरी गावाकडे जाण्यास असलेला खिंड दरवाजा आहे. याच खिंड दरवाजातून इंग्रजांना आपली मोहीम यशस्वी करण्यास मदत झाली होती. नरनाळा किल्ल्याकडे तोंड असलेला वस्तापूर दरवाजा आहे. बारा किलोमीटरचा परीघ असलेल्या गाविलगडावर असे एकूण नऊ दरवाजे आहेत. प्रत्येक दरवाजा तत्कालीन राजसत्तेचा इतिहास सांगतो हे वैशिष्ट्य. लहान मस्जिदीच्या दक्षिणेस काही अंतर धान्यकोठाराची इमारत आहे. त्याच्या सुरक्षिततेच्या दृष्टीने बांधकाम करताना काटेकोरपणे लक्ष दिल्याचे दिसते. धान्य सुरक्षित राहण्यासाठी जमिनीपासून तीन फूट उंच स्तंभांना जोडून मचाणं तयार केली आहेत.

पीरफत्ते दरवाजाच्या वरच्या भागात असणारी सर्वांत महत्त्वाची वास्तू म्हणजे 'राणीचा महाल' आहे. हा गाविलगड किल्याच्या सर्वांत उंच भागात असून ती भव्यदिव्य अशी डोळे दिपवून टाकणारी वास्तू आहे. त्याची भव्यता, त्यावरील कोरीव असे शिल्पकाम अचंबित करणारे आहे. स्थापत्य दृष्ट्या ही अत्यंत महत्त्वाची इमारत आहे. तशीच ती आजच्या स्थापत्य अभियांत्रिकीला आव्हान देणारीही आहे. गाविलगड किल्ल्याच्या प्रथम प्रवेशद्वारावरून या उंच भागातील राणीच्या महालाचे पुसटसे दर्शन होते. पहिल्या दरवाजापासून हे अंतर असावे पाच-सहा किलोमीटरचे. दर्शनी भागात दगडांच्या विशिष्ट रचनेच्या सात कमानींची आहेत. अशा कमानीचे एकूण तीन दालने आहेत. सर्व कमानींवर साध्या नक्षीत कंगणी कोरल्या आहेत. पैकी तीन-चार तुटक्या आहेत. दोन कमानींमधील खांब चौकोनी आकाराचे असून प्रत्येक दालनाच्या छतावर प्रत्येकी सात असे एकवीस

घुमट आहेत. सध्या त्यांतील १४ घुमट शिल्लक आहेत. पाठीमागील राणीचे दालन जवळपास कोसळलेले आहे. या दालनाच्या चारही बाजूंनी उंच झरोके उभारून सुशोभित केले होते. परंतु आज उत्तर-दक्षिणेकडील एकच झरोका शिल्लक आहे. याला राणीचा झरोका किंवा **'देवळी'** असे म्हणतात. राणीच्या झरोक्याचे बांधकाम अत्यंत उत्कृष्ट आणि नक्षीयुक्त आहे. त्याच्या चारही बाजूने बारीक जाळीचे नक्षीकाम आहे. महालाच्यावर असलेल्या राणीच्या देवळीपर्यंत जाण्याकरिता पायऱ्या असून त्या झरोक्यापर्यंतच गेल्या आहेत. त्यातून अचलपूर, अमरावती, अकोला, अकोट, अंजनगावचे दर्शन होते. या भव्यदिव्य महालासमोर मोठे सभागृहासारखे पटांगण आहे. त्याला तीनही बाजूंनी तटबंदीसदृश भिंती आहेत. राणीमहालाची अत्यंत चित्तवेधक बांधणी, त्यावरील शिल्पकाम मनाला थक्क करून सोडते. कुठल्यातरी राजाच्या मृत्यूनंतर राजसत्ता सांभाळणाऱ्या राणीची ही भव्य वास्तु 'राणीमहाल' म्हणून ओळखली जात असावी. किंवा राणीच्या प्रेमापोटी बांधलेला हा 'राणीमहाल' असावा. या महालाचे निरीक्षण करताना किंवा या वास्तूच्या सहवासात काही काळ घालवताना स्वर्गीय सुखाची अनुभूती मिळते. पर्वताच्या अंगाखांद्यावर चालणारा डोंगरवारा येथे आपणास स्पर्शून गतइतिहास सांगण्याचा प्रयत्न करीत असावा. तो अनुभवताना गतवैभवाच्या शेकडो वर्षांपूर्वीच्या पाऊलखुणा मनामध्ये खेळ मांडतात. येथील आल्हाददायी वातावरण मनाला चैतन्य देत असते. महालाच्या समोरच्या दरवाजातून उतरल्यावर घुमट असलेले थडगे आहे. हे थडगे इमादशाहीचा संस्थापक फत्तेउल्ला इमादउलमुल्कचे आहे.

शत्रूच्या कारवायांची टेहळणी करण्यासाठी बुरूज हा महत्त्वपूर्ण दुवा होय. संरक्षणाच्या दृष्टीने याला अनन्यसाधारण महत्त्व आहे. गाविलगड किल्ल्याचे असे एकूण पाच बुरूज आहेत. चांदणी बुरूज, मोझरी बुरूज, तेलीया बुरूज, सोनकिल्ला बुरूज आणि बहराम बुरूज अशी त्यांची नावे आहेत. मोझरी बुरूज हा कलात्मक दृष्ट्या अत्यंत महत्त्वाचा बुरूज आहे. भारतीय स्थापत्यकलेचा तो एक उत्कृष्ट नमुना आहे. हा बुरूज मोझरीकडील तटबंदीला दरीच्या बाजूने लागून असलेल्या एका उंच भागावर एकावर एक असे तीन मजले उभारून बांधला आहे. खाली अत्यंत खोल दरी आहे. बहराम बुरूज हा किल्ल्यावरील सर्वांत प्रसिद्ध बुरूज आहे. याची बांधणी अत्यंत मजबूत असून चुना व पाषाणात केली आहे. तोफगोळे आणि बंदुकीचा मारा करण्यासाठी विविध प्रकारच्या छिद्रांची

निर्मिती केली आहे. हा बुरूज किल्याच्या दक्षिण-पश्चिम तटबंदीवर आहे. बुरुजाचे पारशी नाव बुर्ज-ए-बहराम असे आहे. बहराम हा अहमदनगरचा नवाब सैय्यद मूर्जजा निजामशहा सब्जावरी ह्यात एक अधिकारी होता. बहरामखानच्या देखरेखेखाली या किल्याची बरीच दुरुस्ती करण्यात आली. तसेच इतर घटनांचा उल्लेख करण्याच्या दृष्टीने या बुरूजावर शिलालेख कोरण्यात आला.

पीरफत्ते दरवाजाच्या वरच्या टेकडीवर पूर्व दिशेला तोंड करून असलेली ३६ फूट लांबीची 'कालभैरव' नावाची तोफ आहे. या तोफेला 'नौगज तोफ' नावानेही ओळखले जाते. तिची चाके व कड्या कापून नेल्या आहेत. या तोफेचे तोंड धामणगाव गढी या गावाकडे असून या तोफेमधून अजूनही बारूद व गंधकाचा वास येतो. पुढे चिखलदऱ्याच्या पठाराकडे तोंड करून असलेली 'बिजली' नावाची तोफ आहे.

गाविलगड किल्ल्यावर पूर्वी मोठ्या व प्रचंड अशा दहा-बारा तोफा असाव्यात. त्यांपैकी सात तोफा अजूनही किल्यावर पाहण्यास मिळतात. या सातपैकी पहिली तोफ देव तलावात पूर्वेस २२ फूट लांबीची बिजली तोफ, दुसरी पिरफत्ते दरवाजाजवळची ३६ फूट लांबीची कालभैरव तोफ. प्रसिद्ध बहराम बुरुजाच्या वर दोन तोफा आहेत. या तोफेजवळच एक १६ फूट लांबीची तोफ आहे. या तोफेच्या अगदी मागील उंच टेकडीवर २२ फूट लांबीची प्रचंड अशी एक तोफ आहे. किल्लेदाराच्या निवासस्थानाच्या मागील बाजूने मोझरी बुरुजाकडे जाताना आणखी एक तोफ आहे. ही तोफ खिंड दरवाजाकडे जाणाऱ्या रस्त्याकडे तोंड करून उत्तरमुखी बसविली असून तिची लांबी साडेदहा फूट एवढी आहे. याव्यतिरिक्त जेवढ्या तोफा येथे होत्या, त्यांपैकी काही दरीत पडल्याचे समजते. किल्ल्यावर पोलादी शस्त्रांचा कारखाना होता. येथील शस्त्र युद्धाकरिता उत्तम प्रतीची म्हणून प्रसिद्ध होती.

गाविलगड किल्यावर बारमाही पाणी असणारे पाच तलाव आहेत. त्यावेळच्या राजसत्तेने पाण्याचे महत्त्व ओळखून या तलावाची निर्मिती केली असावी. हत्ती तलाव, साखर तलाव, देवी तलाव, पारस तलाव आणि मछली तलाव ही त्यांची नावे आहेत.

गाविलगडावरील वास्तुशिल्पे ही नागर शैली (इंडोआयर्न), पश्चिम भारतातील भूमिज उपशैली. मूळ नागर व द्रविड यांतून असलेली भिन्नता व त्यांतील स्थानिक वैशिष्ट्ये यात आढळतात. स्तंभपाषाणात लांबीनुसार वास्तुशास्त्रज्ञांनी

त्यांचे प्रमाण ठरविले आहे. गाविलगडावरील स्तंभशीर्ष आणि द्वारशाखा कीचक, कमल व पर्णांची आहेत.

इ. स. ११०० च्या आसपास डोंगरवनात असलेला 'वनदुर्ग गाविलगड' हा किल्ला सर्वप्रथम गवळी राजाच्या काळात मातीच्या भिंतीचा परकोट बांधून उभारला होता. आता त्याचे अवशेष दिसत नसले, तरी ही सर्वमान्य बाब आहे. त्यामुळे हा गवळी राजा म्हणजे देवगिरीच्या यादव (गवळी) राजांचा पूर्वज होय. ज्याने ११८७ साली चालुक्य आणि होळकरांविरुद्ध विजय मिळविल्यानंतर औरंगाबादजवळच्या देवाच्या टेकडीवर प्रथम देवगिरी या किल्ल्याचे बांधकाम केले. याच काळात गाविलगडाची मुहूर्तमेढ रोवली गेली आहे. हा देवगिरीच्या यादव घराण्यातील राजा असावा म्हणून या किल्याचे मूळ नाव गाविलगड होते, असा जुन्या गॅझेटिअरमध्ये उल्लेख मिळतो. याला दुसरा भक्कम आधार म्हणजे आजही या परिसरात गवळी लोकांची संख्या बरीच आहे. मात्र आज हा मातीचा गाविलगड (पूर्वीचा गवळीगड) पूर्णपणे नाहीसा झाला आहे.

महाभारत काळाशी थेट नातं सांगणारा वऱ्हाड म्हणजे आताचा पश्चिम विदर्भ. महाभारत काळानंतरच्या कथांमध्ये महाभारत युद्धानंतर हस्तिनापूरच्या पांडव राजांनी सातपुड्यातील (पायनघाटातील) नरनाळा व गाविलगडाच्या टेकड्यांना किल्याचे स्वरूप दिले. त्यानंतर पांडवांचा मांडलिक राजा नरेन्द्रपुरी हा या पायनघाटचा पहिला राजा होता, अशी कथा प्रचलित आहे. त्यानंतर विदर्भावर इ.स. पूर्व २०२ ते २३१ या काळात सम्राट अशोकाचे राज्य होते. त्यानंतर तेराव्या शतकात म्हणजे इ.स. १२६० ते १२७१ या काळात देवगिरीचा राजा महादेवराव याने वऱ्हाड प्रांतावर राज्य केले. त्याने आपल्या राज्याच्या सीमा थेट नर्मदेपर्यंत वाढविल्या. म्हणजेच सातपुडा डोंगर व त्यातील गाविलगड व एलिचपूर हे यादवांच्या ताब्यात होते.

यादवकालीन संदर्भामध्ये यादवकालीन हेमाडपंती वास्तूचा जो उल्लेख होता ती हेमाडपंती मंदिरे व बांधकाम वऱ्हाडात आजही उपलब्ध आहेत. इ.स. १२६० पासूनच्या राजा महादेवराय यादवाच्या काळापासून ते १२७१ ते १२९४ या मध्ययुगीन काळापर्यंत म्हणजेच १२९४ च्या अल्लाउद्दीन खिलजीच्या स्वारीपर्यंत यादवांच्या काळात शांतता व सुव्यवस्था नांदत होती. याच काळात गाविलगड किल्यावर ऐतिहासिक अशी भव्य वास्तुनिर्मिती झाली.

यादवांच्या दरबारातील मंत्री व कुशल वास्तुशिल्पज्ञ हेमाद्रीपंत हा

वऱ्हाडातील असल्याने हेमाडपंती मंदिरांची निर्मिती वऱ्हाडभर केली. सुप्रसिद्ध इतिहासकार कै. यादव माधव काळे यांच्या वऱ्हाडचा इतिहास या ग्रंथात वऱ्हाडच्या दक्षिण भागात जी हिंदू लोकांच्या हस्तकुशलतेची कामे दृष्टीस पडतात, ती यावदकालीन वंशातील राजांच्या कारकिर्दीत बांधली असावीत, असा उल्लेख सापडतो. म्हणूनच वनदुर्ग गाविलगडावरील वैशिष्ट्यपूर्ण वास्तुकला व शिल्पकलेवर हेमाद्रीपंताचा प्रभाव स्पष्टपणे दिसून येतो. स्वातंत्र्योत्तर काळात मध्ययुगीन इतिहासाचे, विशेषत: यादव काळातील वऱ्हाडसंबंधीचे योग्य संशोधनही झाले नाही, ही दुर्दैवाची बाब आहे. ब्रिटिशांनीसुद्धा हा इतिहास गॅझेटिअरमध्ये नोंदविला नाही. इ.स. १४२५ मध्ये बहामनी सत्तेचा नववा राजा अहमदशहा वली याने नरनाळा व गाविलगड किल्ल्यांची दुरुस्ती केली इथपासूनचा पुढील इतिहासच ब्रिटिश गॅझेटिअर्समध्ये सापडतो.

देवगिरीच्या यादवांचा काळ संपल्यानंतर साधारणत: इ.स. १३१८ ते १६८७ पर्यंत महाराष्ट्र-वऱ्हाड मुस्लिम राज्यकर्त्यांच्या ताब्यात होते. १३४७ साली बहामनी सत्तेचा उदय होइपर्यंत वऱ्हाड प्रांत दिल्लीचा तख्ताधीश महम्मद तुघलक याच्या आधिपत्याखाली होता. या काळात बादशहाचा जावई इमाद उलमुल्क हा वऱ्हाड खानदेशचा सुभेदार होता. त्या वेळी या प्रांताचा कारभार एलिचपूर येथून चालवित असे. असा उल्लेख फरिस्ते लिखित **'गुलशने इब्राहिनी'** या ग्रंथात सापडतो. इ.स. १४२५ ला नववा बहामनी राजा अहमदशहा वली याने नरनाळा किल्ल्याची केलेली दुरुस्ती यावरून नरनाळा व गाविलगड हे दोन्ही किल्ले मुस्लिम राजसत्तेच्या फार पूर्वीच्या काळात निर्मिले असावेत, असे वाटते. या किल्ल्याच्या नंतरच्या विकास व बांधणीवरून हे स्पष्ट होते.

मुसलमानी अमलात जेव्हा अल्लाउद्दीन खिलजीने देवगिरीवर चाल केली, त्या मोहिमेत अल्लाउद्दीन दोन दिवस एलिचपूर (अचलपूर) येथे होता, असा उल्लेख मिळतो. दक्षिणेतील मोहीम यशस्वी करून अल्लाउद्दीन इ.स. १२९६ मध्ये दिल्लीच्या तख्तावर बसला. या काळात वऱ्हाडची राजधानी एलिचपूर असली, तरी साम्राज्य व संरक्षणाच्या दृष्टीने मजबूत, सहज माऱ्याची जागा नसल्यामुळे सर करण्यास अवघड आणि म्हणून संरक्षणाच्या दृष्टीने गाविलगड हा किल्ला प्रसिद्ध होता. मेळघाटच्या डोंगराळ आणि बिकट अशा भूभागात असल्यामुळे शत्रूस तोफगाड्या आणि अन्य अवघड युद्धसामग्री किल्ल्यालगत नेणे कठीण जात असे.

बहामनींचा शासनकाळ इ.स. १३४७ ते १५३८ पर्यंत समजला जातो.

इ.स. १४९० ते १५२२ या काळात बहामनी राज्याचे पाच तुकडे होऊन पाच स्वतंत्र राज्ये अस्तित्वात आली. वऱ्हाडात इमादशाही स्थापन होऊन त्याची राजधानी एलिचपूर (अचलपूर) होती. इमादशाहीच्या काळात गाविलगड हे उत्तर वऱ्हाडचे मुख्य ठिकाण होते. फत्तेअल्ला इमादमुल्कनंतर इमादशाहीच्या गादीवर अल्लाउद्दीन ईमादशाह आला. त्याने १४९५ ते १५१९ राज्य केले. त्यानंतर त्याचा मुलगा देरीया हा इ.स. १५२० मध्ये गादीवर बसला. इ.स. १५९७ मध्ये मोगल आणि आदिलशाही सैन्यांत वऱ्हाडात लढाई होऊन त्यात मोगली लष्कराचा बीमोड झाला.

१६३६ मध्ये मोगलांच्या दक्षिणेतील चार सुभ्यांपैकी बेरार प्रांत हा एक प्रमुख प्रांत होता. त्याची राजधानी एलिचपूर हीच होती आणि त्यात गाविलगड हा किल्ला संरक्षणाच्या दृष्टीने प्रमुख होता. या काळात मराठ्यांनी बेरार प्रांतावर अनेकदा चढाया केल्या आणि बरेच लगान सुद्धा गोळा केले. इ.स. १६८० मध्ये संभाजीने आणि इ.स. १७१८ मध्ये राजारामाने देवगडच्या गोंड राजाच्या मदतीने संपूर्ण वऱ्हाड प्रांतावर आपला दरारा बसविला होता.

गाविलगड किल्ला वऱ्हाडच्या इतिहासात प्रसिद्ध आहे. त्याचे महत्त्व म्हणजे गाविलगडावर ज्याची मालकी त्याचा वऱ्हाड प्रांत समजला जात होता. तसेच गाविलगड जिंकल्याशिवाय वऱ्हाड जिंकला असे समजले जात नसे. सुरक्षिततेच्यादृष्टीनेसुद्धा त्याची महती बरीच होती. नागपूरकर भोसल्यांचा खजिना, जडजवाहीर ह्याच किल्ल्यात सुरक्षित ठेवले जात असे आणि म्हणून इंग्रजांसोबत झालेल्या तहाच्या वेळी नागपूरकर भोसल्यांनी नरनाळा, गाविलगड या किल्ल्यांचा ताबा सोडला नाही. त्यामुळे वऱ्हाड हासुद्धा सुभे गाविलगड किंवा गाविल या नावाने ओळखला जात असे. १७३८ ते १८२२ पर्यंत गाविलगड भोसल्यांकडे होता.

भोसलेकाळात गाविलगड आणि मेळघाटातील इतर लहान-मोठे किल्ले बेनीसिंह या राजपुताच्या ताब्यात होते. त्याने कित्येक किल्ल्यांवर आपल्या विश्वासातील किल्लेदार नेमले होते. बेनिसिंहाचा मूळ पुरुष झामसिंह यास पहिल्या रघुजीने आणि सातपुड्याच्या उत्तरेकडील सर्व किल्ल्यांची जबाबदारी झामसिंगाकडे सोपविली होती. झामसिंगाच्या मृत्यूनंतर त्याचा मुलगा प्रमोदसिंग याची नेमणूक करण्यात आली आणि त्यानंतर मेळघाटातील सर्व किल्यांची देखरेख व संरक्षणाची जबाबदारी बेनिसिंहाकडे आली. बेनिसिंह हा शूर व कर्तबगार असल्यामुळे त्याची गाविलगड किल्ल्याचा मुख्य अधिकारी म्हणून नेमणूक करण्यात आली. तो गाविलगडावर सहकुटुंब राहत असे. त्याच्या आश्रयाने इतर राजपूत अधिकारीसुद्धा

किल्ल्यातच राहत असत.

इ.स. १८०३ च्या दुसऱ्या इंग्रज-मराठा युद्धाच्या वेळी भोसल्यांनी निजामाच्या राज्यात धुमाकूळ माजविला असल्याने निजामाच्या राज्याच्या रक्षणार्थ आणि भोसल्यांच्या बंदोबस्ताकरिता इंग्रज अधिकारी वेलस्ली वऱ्हाडवर चालून आला. अडगावच्या लढाईनंतर मराठा सैन्याची पांगापांग झाली आणि वेलस्लीने भोसल्यांचा मुख्य किल्ला गाविलगड घेण्यास तिकडे कूच केली. बेनिसिंह व त्याचे राहिलेले सैन्य किल्ल्यात बंदोबस्तात होते. वेलस्लीने एलिचपूरच्या नवाबाच्या मदतीने वेढ्याची तयारी सुरू केली.

वेलस्लीच्या नेतृत्वात ७ डिसेंबर १८०३ रोजी गाविलगडाच्या पायथ्याशी देवगावजवळ इंग्रज सैन्याने तळ ठोकला. परंतु या बाजूने किल्ला उंच असल्यामुळे किल्ल्यावर मारा होणार नाही हे वेलस्लीने जाणताच त्याने स्टिव्हनसन यास उत्तरेकडे पाठविले. स्टिव्हनसनने तीस मैलांचा फेरा घेऊन १२ डिसेंबर १८०३ रोजी लंबाडा या खेड्याजवळ तळ ठोकला व मोर्चेबांधणी केली, तर वेलस्लीने दक्षिणेकडून पीरफत्ते या दरवाजावर १३ डिसेंबर रोजी तोफांचा मारा सुरू केला. मात्र त्याचा विशेष उपयोग झाला नाही. या माऱ्यामुळे किल्यातील लोकांचे लक्ष उत्तरेकडून दक्षिणेकडे वेधले गेले व स्टिव्हनसन यास त्यामुळे बरीच मदत झाली.

स्टिव्हनसनच्या माऱ्याचा मात्र चांगला उपयोग झाला. उत्तरेकडील दरवाजा-कडून स्टीव्हनसनने १५ डिसेंबर रोजी सकाळी १० वाजता हल्ल्यास सुरुवात केली. इंग्रजी लष्कर पडलेल्या तटबंदीतून आत घुसून त्याची आतील लष्कराशी लढाई जुंपली. दक्षिणेकडील दरवाजावर वेलस्ली स्वत: होता. परंतु त्याची डाळ शिजेना. तोफांचा मारा सतत सुरू होता. पण व्यर्थ. त्यामुळे एक फायदा मात्र झाला. यामुळे किल्ल्यातील सर्व लष्कर उत्तरेकडील इंग्रजी लष्करावर जाऊन पडले असते, ते दक्षिणेकडील दुहेरी माऱ्यामुळे द्विधाचित्त होऊन काही इकडे काही तिकडे असे गुंतून राहिले. त्यामुळे उत्तरेकडील दरवाजाकडील जोर कमी होऊन केनीच्या हल्ल्यास मदत झाली.

केनीच्या हल्ल्याने किल्ल्यावरील लष्कर हटवून वायव्येकडील दरवाजाने बाहेर पडण्यास पाहत होते. त्यांना दुसरा मार्ग न सापडल्याने ते वायव्येकडील दरवाजा उघडून बाहेर पडले. दरवाजा आयताच उघडल्याने चामर्सला आयतेच आत घुसण्यास मिळाले. केनीला पहिल्याच हल्यात यश मिळाले. परंतु किल्ल्यावरचे राजपूत व मराठे निकराने लढले. केनीने पळापळी करणाऱ्या लोकांची कत्तल

केली. बाहेरचा गाविलगड ताब्यात आला होता. पण आतील किल्ल्याचा अत्यंत मजबूत असा 'दिल्ली दरवाजा' तोडणे कठीण झाले होते. किल्लेदार व स्वत: बेनीसिंह मात्र अखेरच्या श्वासापर्यंत आपल्या थोड्या साथीदारांसह लढत राहिला. तेव्हा दरवाजात प्रेतांचा खच पडला होता. बेनीसिंह व किल्लेदाराचे प्रेतही दरवाजातच सापडले. बाहेरील किल्ला पडताच आतील लोकांना पुढील भविष्य कळून चुकले होते. इंग्रजांच्या प्रचंड सैन्यापुढे आतील थोडेसे लष्कर काय करणार? हा परिणाम जाणून राजपूत स्त्रियांनी जोहार केला आणि धगधगत्या चितेत उड्या घेतल्या. आजही त्यांच्या समाध्या येथे दिसून येतात. इंग्रजांकडून खुद्द केनी या लढाईत पडला. इंग्रजांना गाविलगड किल्ल्यात बरीच लूट सापडली. या किल्ल्यात भोसल्यांचा बराचसा खजिना राहत असे. युद्धाची परिस्थिती पाहून १२० भोयांच्या मदतीने रात्रीतून सर्व खजिना नरनाळा किल्ल्यावर पाठविण्यात आला. तरीही जवळपास पाचशे कोटींचा खजिना इंग्रजांना सापडला. त्यातच एक बहुमोल अशी कुराणाची प्रतही सापडली. ती एलिचपूरच्या नवाबाला भेट म्हणून देण्यात आली. गाविलगड लढाईनंतर दोन दिवसांनी इंग्रज व भोसले यांच्यामध्ये तह झाला. तो 'देवगावचा तह' या नावाने प्रसिद्ध आहे. इ.स. १८५७-५८ च्या दरम्यान थोर क्रांतिकारक तात्या टोपे यांच्या बंडाच्या भीतीने इंग्रजांनी गाविलगडाला उद्ध्वस्त केले. इमारती, बुरूज, तटबंदी उद्ध्वस्त करता येतात, मात्र त्यामुळे इतिहास लपला जाऊ शकत नाही, हे इंग्रजांना माहीत नसावे काय? सन ११८५ ते १३०२ हा १२३ वर्षांचा यादवांचा इतिहास उपलब्ध असतानाही त्याचा उल्लेख अकोला, अमरावतीच्या शासकीय गॅझेटिअर्समध्ये नाही, ही दुर्दैवाची बाब आहे.

इ.स. १८६४ पर्यंत वऱ्हाड जिल्ह्याची पुनर्रचना होऊन पूर्व वऱ्हाडाचे मुख्य ठिकाण अमरावती आणि पश्चिम वऱ्हाडाचे मुख्य ठिकाण अकोला झाले. त्याप्रमाणे नरनाळा पश्चिम वऱ्हाडात आणि गाविलगड पूर्व वऱ्हाडात आला. त्यानंतर पारतंत्र्यात गेलेले हे किल्ले पुन्हा १९४७ मध्ये स्वतंत्र भारतात स्वतंत्र झाले. या काळात वऱ्हाडचा सुभेदार असलेल्या अबूल फझलने आपल्या 'आइने-ए-अकबरी' या ग्रंथात गाविलगडाविषयी लिहून ठेवले आहे की, दक्षिणेकडे साम्राज्यविस्ताराची महत्त्वाकांक्षा ठेवणाऱ्या दिल्ली दरबाऱ्यास गाविलगडाची दखल घेतल्याशिवाय दक्षिणेकडे पाय ठेवता येत नसे. अशा प्रकारचे अनन्यसाधारण महत्त्व गाविलगडास प्राप्त झाले होते.

देवगिरीचे यादव, बहामनी, इमादशाही, निजामशाही, मोगल व मराठे

१८३७ साली कॅप्टन मेडोज टेलरने काढलेले
गाविलगड किल्ल्याचे रेखाचित्र

इ.ची सत्ता गाविलगडावर होती. त्यांनी गाविलगडावर आपआपल्या संस्कृतींची, गुणांची छाप पाडण्याचा प्रयत्न केला. किल्याच्या भव्य तटबंदीयुक्त वास्तूचे स्वरूप आणि तेथील अन्य इमारती उभारण्यासाठी हिंदू व मुस्लिम कारागिरांनी विविध कालखंडांत घेतलेले परिश्रम उल्लेखनीय आहेत. हिंदू व यवनी शिल्पकलेचा व वास्तुकलेचा एक मनोरम आलेख गाविलगडाच्या परिसरात सर्वत्र दिसून येतो. गाविलगडावर आज शिल्लक असलेल्या इमारती व अवशेषांचा विचार केल्यास गाविलगडाचे बुलंद बुरूज व प्रचंड दरवाजे, याशिवाय मंदिरे, कोठारे, मस्जीद, हत्तीखाना, राजाची समाधी, बारूदखाना, नगारखाना, तेलखाना, जनानखाना, स्थानगृह, अन्य लहानमोठ्या अशा वास्तू आजही साधारण चांगल्या अवस्थेत उभ्या असून त्या काळाशी झुंज देत आहेत. संपूर्ण महाराष्ट्रात एवढे मोठे इतिहासकालीन अवशेष आज क्वचितच एखाद्या किल्ल्यावर बघावयास मिळतात. हे या जवळपास एक हजार वर्षांच्या मूकनायक गाविलगडाचे वैशिष्ट्य होय. १८३७ साली कॅप्टन मेडोज टेलरने गाविलगड किल्ल्याचे रेखाचित्र काढले असून ते आजही उपलब्ध आहे.

मानवाच्या निर्मितीपासूनच त्याने त्या त्या वेळच्या जीवनाशी निगडित असे पुरावे मागे सोडले आहेत. अश्मयुगीन आदिमानवाने त्या काळी पर्वतगुहांमध्ये चित्र रंगवून तो पुरावा पुढच्या पिढीसाठी मागे सोडला. त्यानंतरच्या मानवाने डोंगरदऱ्यांमध्ये गड-किल्ले बांधून आपल्या कलागुणांचे पुरावे सोडून इतिहास मागे ठेवला. मानवाच्या विकासातील ह्या पाऊलखुणांचा शोध घेऊन त्याचे संरक्षण आणि जतन करणे पुढच्या पिढ्यांसाठी अत्यंत आवश्यक आहे. ज्या देशात इतिहासाचे जतन केले जाते, तेथील माणसे खऱ्या अर्थाने अत्यंत भाग्यवान असतात. कारण हा वारसाच पुढील पिढ्यांसाठी मार्गदर्शक ठरत असतो.

इंग्रजांनी एक हजार वर्षांपूर्वीच्या गाविलगडाला जरी उद्ध्वस्त केले असले, तरी या गाविलगडाच्या सूर्यास्तातून चिखलदऱ्याचा (चिखल्डा) सूर्योदय मात्र झाला होता. कारण त्यानंतर इंग्रजांनी चिखलदरा येथे आपला पडाव केला. अधिकाऱ्यांसाठी, लष्करासाठी निवासस्थाने, छावण्या, गोल्फची मैदाने उभी केली. आज ती पहायला मिळतात. आज हाच चिखलदरा विदर्भाचे नंदनवन म्हणून ओळखला जात आहे. त्याच्या जवळील वनदुर्ग गाविलगड इतिहासाच्या अभ्यासकांना खुणावतो आहे. साद घालतो आहे.

-०-०-०-

१६.
चांदणं माझ्या दारी

पहाटेपूर्वीचा काळोख धरतीवर पसरला होता. नभातील तारकापुंज हळुवारपणे मंदावत चालले होते. पहाटवाऱ्यानं झाडं डोलू लागली होती. पाखरांच्या कंठांतून ती बोलू लागली होती. माझ्या परसातील अंदाजे वीस वर्षं वयाचा चमकदार कोवळ्या पानांनी लदबदलेला अशोकवृक्ष मला नृसिंहासारखा दिसू लागला. तीस फुटांचं हे झाड मला वाऱ्यामुळे काहीतरी सांगायचा प्रयत्न करत असल्याचं वाटत होतं. क्षणभर डोळे मिटले आणि त्याच्याशी संवाद साधण्याचा प्रयत्न करत होतो. दिगंतरातील लुप्त होत चाललेलं चांदणं हळूहळू अंगणातील बाजूच्याच पारिजातकावर जणूकाही उतरल्यासारखं दिसत होतं. पानोपानी नाजूक केशरी दांडीच्या पोह्यासारख्या सहा पाकळ्यांच्या फुलांनी नखशिखान्त डवरलेल्या पारिजातकाच्या अंगाखांद्यावरून हे चांदणं जमिनीवर उतरू लागलं होतं. पहाटवाऱ्याच्या प्रत्येक झुळकेसोबत पारिजातकाच्या आनंदाश्रूंचा सडा खाली धरणीवर पडू लागला होता. सारा परिसर या नाजूक फुलांच्या सुगंधानं दरवळून गेला होता. नभातील तारका जमिनीवर उतरल्या होत्या. पूर्वेचं तांबडं जसजसं फुटू लागतं तशी ही पारिजातकाची फुलं कोमेजायला सुरुवात होते. काही वेळाने ती मातीत विलीन होतात. राठ पानांच्या पारिजातकाला आता मध्यरात्रीपर्यंत फुलांविनाच जगायचं होतं. पानानंतर फुलं आणि त्यानंतर बी हे निसर्गाचं सृष्टीतत्त्व चालू असतं. ही

आपली वसुंधरा असेपर्यंत हे सृष्टिचक्र सुरूच राहणार आहे.

अशोकाचा वृक्ष तसा सरळ उंच वाढणारा. त्याच्या फांद्यांचा पसारा नाही. त्यामुळं त्याला जागाही कमीच लागते. पारिजातकाचं तसं नाही. झाड जरी मोठं नसलं तरी फांद्यांचा पसारा मात्र मोरपिसाऱ्यासारखा दिसतो. परत वारा सुटला. अशोक पारिजातकाशी हातमिळवणी करू लागला. अशोक जणूकाही आपला इवलासा हात पुढे करून पारिजातकाला त्याची नाजूक कोमल फुलं मागत असावा. मात्र त्याची ही धडपड मला व्यर्थच वाटू लागली होती. कारण पाखरपहाट आता जागी होऊ लागली होती. लांब चोचीच्या निळ्या खंड्यांचे चिर्र चिर्र ओरडणे, बुलबुलाचे पिटूआ पिटूआ आणि चिऊताईच्या चिऽ चिऽ ऊ चिऽ चिऽ ऊ ने पक्षी कुळं जागी होऊ लागली होती. मध्येच कोकीळ नराचे कुहू कुहू गायनही सुरू झाले होते. कावळ्या-बगळ्यांचे थवे अन्नाच्या शोधात पिल्लांना घरट्यात ठेवून जंगलाकडे निघाले होते. पारिजातकावर फुलपाखरं आणि मधुमक्षिकांची दाटी होऊ लागली होती. त्यामुळं उरली सुरली फुलंही त्यांच्या हलक्याशा स्पर्शानं गळू लागली होती. सडा शिंपडावा तसं आमचं अंगण या फुलांनी शिंपडलं होतं. पूर्वेकडचं सोनपिवळं कोवळं ऊन यायच्या अगोदर पारिजातकाला उरलीसुरली फुलंही टाकायची जणू घाईच झाली होती. पावसाची एखादी हळुवार सर यावी तशी आता ही फुलं जमिनीवर टप्टप् पडू लागली होती. माझं हळवं मन मात्र या नाजूक फुलांना पाहून चुकचुकू लागलं होतं. कारण झाडाला खरं सौंदर्य मिळतं ते फुलांमुळे. तेही अल्पकाळापुरतच मर्यादित असतं. ज्ञानी माणूस त्याच्यातील चांगल्या गुणांमुळं ओळखला जातो, तशी ही झाडं त्याच्या फुलाफळांमुळे ओळखली जातात.

पारिजातकाला स्वर्गीय पाहुणा म्हणून ओळखले जाते. हरिवंशात अमृत-मंथनाच्या कथेत समुद्रमंथनातून जी चौदा अमूल्य रत्ने निघाली, त्यांत पारिजातकाचा समावेश आहे. त्यात असाही उल्लेख आहे की, देवांनी हा वृक्ष स्वर्गात नेला आणि इंद्राची पत्नी शचि हिने तो वृक्ष नंदनवनात लावला. नारद ऋषींनी तो रुक्मिणीला देऊ केला. रुक्मिणीने तो उद्यानात लावला. झाड मोठं झालं पण त्याची फुलं सत्यभामेच्या अंगणात पडू लागली. गदिमांनी सवतीमत्सराचे वर्णन पुढीलप्रमाणे केले आहे-

बहरला पारिजात दारी, फुले का पडती शेजारी

इंग्रजीत पारिजातकाला 'ट्री ऑफ सॉरो' असे म्हणतात. पारिजातकाच्या

पानांचा रस अग्निमांद्य, यकृतवृद्धी, कृमी होणे यांवर अत्यंत उपयुक्त आहे. सालीचे चूर्ण कफ, दमा आणि खोकल्यावर चालते. पारिजातकाला अत्यंत शुभ मानतात. मला तर पृथ्वीतलावरील प्रत्येक वृक्षवल्लरी शुभच वाटतात.

मानसिक स्वास्थ्य बरे नसले, की वृक्षवल्लरीतून फिरावं. ही झाडं माणसं देत नाहीत एवढा आधार देत असतात. मी ते वेळोवेळी अनुभवत असतो. नवचैतन्य देत असतात. त्यामुळं मी जीवनात कधी सुखदुःखांच्या चक्रव्यूहात अडकलो नाही. मात्र पारिजातकाच्या भल्या पहाटेच्या निरीक्षणामुळं मी भारावून गेलो होतो. चांदणं माझ्या दारी हे एका पाखरपहाटेचं देणं होतं.

−०−०−०−

१७.
जांभळाचं देणं

ग्रीष्म आपल्या अंतिम चरणात होता. भल्या पहाटेपासून ऊनसावलीचा खेळ सुरू झाला. सृष्टीला वर्षा ऋतूचे वेध लागले होते. दिगंतरात पांढरे मेघ दह्याळ-दह्याळ दिसत होते. वाऱ्याचा जोर वाढला. हिरव्यागर्द पानांच्या जांभळीच्या झाडाखाली बसून माझी निरीक्षणं सुरू होती. हिरव्या-हिरव्या पानांजवळ जांभूळ- फळांचे गुच्छ लगडले होते. त्यात काही जांभळं काळी-निळी झाली होती. एरवी आपल्या सुंदर आवाजाची भुरळ पाडणारा कोकीळ पक्ष्याचा काळा नर पानापानाआडून आता बसक्या आवाजात कुहुकुहू आवाज काढत होता. पलीकडच्या झाडावरून दुसरा नर त्याला साद देत होता. बुलबुल पक्ष्यांची गर्दीही पिकल्या जांभळांवर ताव मारत होती. बाजूच्या बाभळीच्या झुडपात टिटव्यांची पिल्लं असल्याने त्यांचे मायबाप वर घिरट्या घालत टिव्ह टिव्ह टिटिव्हटिव आवाज करत त्यांना सावध करत होते. सुरक्षिततेसाठी त्यांचा हा आटापिटा होता.

काही वेळाने नभ काहीसं मोकळं झालं. तळपती उन्हे वाढीस लागली. मैना मात्र हिरव्या पानांनी लदबदलेल्या जांभळीच्या पानापानांत सावली धरून बसल्या होत्या. एकमेकांशी त्या काहीतरी हितगुजही करत होत्या. पानांच्या गर्दीत आतमध्ये गळ्याभोवती लाल पट्टा असलेला राघू शांतपणे बसला होता. कदाचित आपल्या आणि आपल्या पाखरकुळात जांभळीच्या फळांच्या रूपात अन्नाची सोय झाली

यासाठी तो या झाडाचे निरीक्षण करण्यासाठी आला असावा. किंवा जांभळं खाऊन त्याला झिंग आली असावी. पक्षी नभातून उडता उडता अशा प्रकारच्या अन्नाच्या साठ्याची निरीक्षणं करीत असतात. कुठल्या झाडाला कधी फळं येतात, हे त्यांना त्यामुळेच कळत असते.

वाऱ्याचा जोर वाढला होता. जांभळीच्या पानांची सळसळही वाढली होती. विठूरायाच्या दिंडीतील वारकऱ्यांप्रमाणे झाडांची पानं आपल्या हजारो हातांनी टाळ वाजवीत असल्यासारखी वाटत होती. जांभळीचं झाड बावरं झाल्यासारखं दिसत होतं. एरवी सातबहिणींचा केवढा कलकलाट असतो. मात्र त्यांचा थवा आता शांतपणे जांभळीवर बसला होता. मधून मधून वाऱ्यासोबत कोकीळचे जांभूळगायन सुरूच होते. झाडाला बोलता जरी येत नसले, गाता जरी येत नसले, तरी झाडावरील पक्षी हेच त्या झाडाचे कंठ असतात. त्यांच्याद्वारेच ही झाडं एकमेकांशी बोलत असतात.

काही दिवसांनंतर वर्षा ऋतूची पावलं पडू लागली. आकाशात काळ्या कृष्णमेघांची गर्दी वाढू लागली. थोड्या वेळातच नभ झाकोळून आलं. वादळी वारा सुरू झाला. दिगंतरात विजांचा गडगडाट भीतिदायक वाटू लागला. वादळ आणि पावसाने हातमिळवणी केली. एकाएकी चक्रीवादळासारखं तुफान उठलं. घरादारांत पाणी घुसू लागलं. गरिबांच्या झोपड्या उघड्या पडू लागल्या आणि क्षणभरातच तीस-पस्तीस फुटांचं जांभळीचं झाड खालून दहा फुटांपासून तुटून पडलं. झाडावरील पाखरांची घरटी उद्ध्वस्त झाली. जमिनीवर पडलेल्या जांभळीच्या फांद्याफांद्यांखाली ती दबली गेली. त्यांतील काही पाखरांची अंडीही फुटली. जन्मापूर्वीच त्यांच्या नशिबी मृत्यू आला. या नैसर्गिक आपत्तीत खारूताईचं एक घरटंही उद्ध्वस्त झालं. तिचा चिर्ई चि चि चीत्कार पाहण्यासारखा होता. खाली आडव्या पडलेल्या फांद्याफांद्यांत ती आपली अंडी शोधत होती. या फांदीतून त्या फांदीवर असा तिचा एकसारखा आकांत सुरू होता. जांभळीच्या वृक्षावर नटलेला द्विजगुणांचा संसार एकाएकी विस्कटून गेला होता. पाखरं झाडाविना तर झाड पाखरांविना पोरकं झालं होतं.

कोकीळ, बुलबुल, शिंपी, सूर्यपक्षी, राघू इ. पक्ष्यांच्या आवाजानं माझी दररोज सुरू होणारी पाखरपहाट आता स्तब्ध झाली. आपल्या दुसऱ्या निवाऱ्याच्या शोधात पाखरं लगेच निघून गेली. संकट आलं की पाखरं हातावर हात धरून बसत नाहीत. अन्न आणि निवाऱ्याच्या शोधात ताबडतोब निघून जातात. कारण

आपलं अस्तित्व त्यांना टिकवून ठेवायचं असतं. आपल्या कुळांची वाढ त्यांना करावयाची असते.

इकडे जांभळीचं झाड चार-पाच हातभर लांबीच्या फांद्या घेऊन जीवन संघर्ष करू लागलं. ऋतुचक्रात सहजपणे सामील होऊ लागलं. प्रतिकूल परिस्थितीवर मात करून आपलं अस्तित्व टिकविणे सजीव सृष्टीला चांगलं माहीत असतं. नव्हे, तो निसर्गनियम आहे. हळूहळू जीवनाच्या ओढीत जांभळीला तांबडी-कोवळी पानं फुटू लागली. दहा फूट उंच खोडाला शिल्लक राहिलेल्या इवल्याइवल्या फांद्या पानांनी झाकू लागल्या. त्यांचा पसारा वाढू लागला. ऋतुचक्रात सामील होऊन जांभळी नवउभारी घेऊ लागली. दिवसागणिक उंच उंच वाढू लागली. पानांनी गजबजू लागली. वसंतऋतू येताच पाखरांची गर्दीही वाढू लागली. झाडावर काड्याकुटक्यांची घरटी तयार होऊ लागली. पानापानाआडून पांढरीशुभ्र फुलं दिसू लागली आणि एक दिवस भल्या पहाटे कोकिळेच्या कुहू कुहू आवाजानं झाडाला परत कंठ फुटला. भल्या पहाटे मी पटकन घरातून बाहेर पडलो. जांभळीवर पक्ष्यांचं गोकुळ अवतरू लागलं. पाखरपहाटे मला जागवणारी जांभळी आता तुरेदार पांढऱ्या फुलांसोबत हिरव्या-जांभळ्या फळांनी डवरू लागली. सुंदर जीवन जगण्याची एक नवउमेद मला या जांभळीच्या झाडानं दिली.

जांभळीचं शास्त्रीय नाव 'ओलाआ डायोइका' असून हा वृक्ष मध्यम उंचीचा असतो. पानं चमकदार असतात. थंड हवेच्या ठिकाणी म्हणजेच नदी-ओढा यांच्या काठावर तो जास्त प्रमाणात वाढतो. याची साल पिवळसर-राखाडी रंगाची असते. तर लाकूड पिवळसर रंगाचे असून गुळगुळीत असते. मार्च-एप्रिलमध्ये जांभळीला पांढऱ्या बारीक फुलांचे तुरे लागतात. तुऱ्यांना तीन शाखा असतात. फुलांना मंद सुगंध असतो. फळं काळ्या-निळसर रंगाची आंबट गोड चवीची असतात. ती तुरट असतात. मे-जून महिन्यात ती येतात. आयुर्वेदातही जांभळीला महत्त्वाचे स्थान आहे. मधुमेहावर जांभूळफळांच्या बिया अत्यंत उपयोगी पडतात.

झाडं ही कर्मयोग्याचं मूर्तिमंत प्रतीक आहेत. आयुष्यभर ती एकाच ठिकाणी उभं राहून ऊन-वारा-पाऊस अंगावर घेत असतात. सजीव सृष्टीला आपल्या असंख्य हातांनी केवळ देण्याचंच काम ही झाडं करत असतात. मानव मात्र त्यांना काय देतो? केवळ कुऱ्हाडीचे घाव! मला मात्र नेहमीप्रमाणे जांभळीनं लिहितं केलं होतं.

-०-०-०-

१८.
कुंडचा अरण्योदय

सांबर नरढाकाच्या पोंक् पोंक् आणि मोराच्या केकारण्याने वैशाखी रानपहाट जागी झाली. पूर्व दिशेला हळुवार तांबडं फुटू लागलं. दुर्बीण, कॅमेरा गळ्यात लटकवून माझी पावलं रानवाटेकडे वळाली. रानवाटेच्या दोन्ही बाजूंनी दूरपर्यंत पोचाटी, कुसळ, तिखोर इ. गवताची माळराने माजली होती. चांदीसारखी छटा त्यावर पसरली होती. रानवाऱ्यामुळं गवताळ रमणात सागरलाटा पसरल्यागत दिसत होते. लहान लहान द्विजगणांचे मेळे गवताचे बी, किडे-कीटक टिपण्यात गुंग झाली होती. मोहफुलांचा हंगाम संपून मोहवृक्षाला बदामासारखी फळं लगडली होती. यालाच 'टोई' असे म्हणतात. टोई पोपटांचे थवे ते खाण्यास गर्दी करताना दिसत होता. रानवाटेवर हरणं, सांबर, रानगवे, वानरं इ. वन्यजीवांच्या पाऊलखुणा त्यांच्या अस्तित्वाचे पुरावे देत होत्या.

रानवाटेच्या उजवीकडे सरळ उंच असलेलं एक झाड नजरेस पडलं. वेडा राघूसारखी हिरवी-कोवळी पानं त्यावर चमचमत होती. वर काही ठिकाणी फांद्यांच्या काठाकाठांवर जवळपास एक-दीड फुटाएवढ्या शेंगा पकडल्या होत्या. काही वाळलेल्या शेंगा खाली अरण्यभूमीवर पडल्या होत्या. निसर्गाने ह्या शेंगांची रचना विशिष्ट अशी केली आहे. शेंगेमध्ये गोलाकार मणी एका धाग्यात माळल्यासारखे होते. दोन-दोन मणी हळुवारपणे ओढले असता मधील धागा दिसत होता. शेंगांचा रंग वायपर जातीच्या सापासारखा

होता. त्यावर पांढरे ठिपकेही होते. ह्या शेंगा स्पॉन्डिलायटीसवर बहुगुणी असल्याचे कळाले. या झाडाचे नाव आहे पाडळ. इंग्रजीमध्ये याला स्टेरोस्पर्मम चेलेनॉइडस् असे म्हणतात. हा पानगळीचा वृक्ष असून तो अठरा मीटरपर्यंत सरळ उंच वाढू शकतो. कोकणात, विदर्भात विशेषत: त्याचे अस्तित्व दिसून येते. पाडळ वृक्षाची साल, मुळे, पाने, बिया आयुर्वेदिक औषधांत वापरल्या जातात.

पुढे दूरवर साखरी नदीकडे पोचता पोचता एकाएकी रानगव्यांचा कळप आमची चाहूल लागल्यामुळे चौखूर उधळला. नदीपात्रातील दगडधोंड्यांतून धडाडत पलीकडच्या अरण्यात पसार झाला. करकटा डोहावर येऊन पोचलो. काळ्या राखाडी शिळांमध्ये पाणी असलेला हा डोह आहे. हजारो वर्षांच्या प्रवाहात या ठिकाणी येथे बशीच्या आकारासारखे सात-आठ फूट व्यासाचे कुंड तयार झाले आहे. एवढ्यात रानवारा सुटला आणि काठावरील बांबूच्या रांजीतून बासरीसारखा नाद ऐकू आला. रानावनात बांबूवर बांबू हवेने घासल्याने एक सुंदर आवाज ऐकू येतो, यालाच 'वेणूनाद' असे म्हणतात. या नदीच्या काठावर अर्जुन, जांभूळ, कुसुम, औदुंबरादि हिरव्यागर्द झाडांनी वृक्षमाया पांघरली आहे. एवढ्यात पलीकडच्या रानातून कुकुकुकुर्र कु असा आवाज आला. तो रानकोंबड्यांचा होता. डोक्यावरील नभात बरोबर नदीच्या पात्रावर सर्पगरुडाने भरारी घेतली. त्याचा पाठलाग करता करता माझी मात्र दमछाक झाली. परंतु तरीही त्याचे पाहिजे तसे छायाचित्र मिळू शकले नाही.

बाजूच्या कदंब वृक्षावर सोनपाठी सुतार खोडातून चोचीने टक् टक् आवाज करत किडे टिपत होता. या संपूर्ण वृक्षाला बोराएवढी फळं लागली होती. झाडाची साल करड्या रंगाची गुळगुळीत होती. मार्चमध्ये याची पानगळ होते. मे महिन्यात दोन सेंटीमीटर व्यासाची पांढरट-पिवळसर गोंडदार फुलं येतात. ती सुगंधित असतात. कदंबचे शास्त्रीय नाव 'मित्रगायना पार्व्हीफ्लोरा' असे आहे.

नदीपात्रातून माझे रानवाचन सुरू होते. दूरवर पात्रात चिचापाठी पाणवठ्यावर काळा करकोचा एकटाच भक्ष्य टिपत बसला होता. हळुवार पावलांनी मी त्याचा पाठलाग करत होतो. तसतसा तो आणखी आणखी पुढे जात होता. शेवटी तीनेकशे फूट अंतर असताना त्यानेही भरारी घेतली. काठावरील हिरव्या-हिरव्या वृक्षावर माहोल वेली लडिवाळपणे खेळत होत्या. त्यांच्या पांढऱ्या-गुलाबी फुलांचे गुच्छ नभातील तारकापुंजांप्रमाणे वाटत होते. एवढ्यात पांढऱ्या धिवर (पाइड किंगफिशर) पक्ष्याची जोडी कि कि कि आवाज करत नदीपात्रावर अवतरली.

त्यातील एक उडता-उडता डोहातील पाण्यावर अंदाजे दहा-पंधरा फुटावर हेलिकॉप्टरसारखा एकाच ठिकाणी तरंगत होता. चोच आणि डोळे पाण्यातील भक्ष्यावर ठेवून पंख फडफडत होता. पाण्यातील मासा टप्प्यात येताच त्याने सरळ पाण्यात सूर मारला. आपल्या चोचीत मासा पकडून तो वर येऊन बाजूच्या वाळलेल्या झाडाच्या फांदीवर येऊन बसला. हळूहळू मासा गिळंकृत केला. मूठभर जिवाची ही अर्जुनासारखी अद्भुत कसरत मला नेहमीच 'रानभूल' पाडत असते. कलियुगातील हा पक्षी अर्जुन असावा. त्याची छायाचित्रं घेण्यास मलाही मग नाना कसरती कराव्या लागल्या. शेवटी थकून काठावरच्याच एका झाडाखाली मी बसलो आणि काय आश्चर्य ? डोक्यावर अंदाजे पंधरा-वीस फूटांवर फांदीच्या टोकावर त्यांतील एक खंड्या येऊन बसला आणि फक्त डोक्याची हालचाल करत मी त्याची विविध छायाचित्रे टिपली. माझ्यात चैतन्य संचारलं.

कुंडच्या अरण्यात पाण्याचे भरपूर साठे उपलब्ध आहेत. मे च्या रखरखत्या उन्हातही ते या भागात दिसून येतात. सिंढ भेरू, डेथको, मुंढा, करकटा, कुलापांडा, चिचापाटी आणि कुंड इ. डोहांवर आणि नैसर्गिक पाणवठ्यात भरपूर पाणी उपलब्ध आहे. यामुळे साखरी नदीच्या आसपास वैशाखाच्या रणरणत्या उन्हातही हिरव्यागार वृक्षलतांची रानछाया दिसून येते. मोर, रानकोंबडे, राघू, पल्लवपुच्छ कोतवाल, सोनपाठी सुतार, सर्पगरूड, कापशी, खंड्या इ. नानाविध पाखरांसाठी हा परिसर आश्रयस्थान बनलेला आहे. सांबर, रानगवे, अस्वल इ. वन्यजिवांचे कळपही येथे आहेत. त्यांच्या सुदृढ शरीररचनेवरून त्यांना या भागात भरपूर अन्न, पाणी आणि निवारा उपलब्ध असावा. अर्थात यामागे येथील अधिकारी कर्मचाऱ्यांची वन आणि वनजिवांचे संरक्षण करण्याची तळमळ लक्षात येते.

अगोदरच्या दिवशी सांजप्रहरी चिखलदऱ्याहून पश्चिमेकडे निघालो. वैराट हे सातपुड्यातील सर्वांत उंच शिखर. सूर्य पश्चिमेला झुकला असल्यामुळे डोंगराच्या सांजसावल्या पसरू लागल्या होत्या. रानवाटेने मोह, अर्जुन, आंबा, तेंदू वगळता सागाचे उर्वरित अरण्य खराट्यागत वाटत होते. पर्वतराजीच्या अंगाखांद्यावरून जाणाऱ्या नागमोडी वळणात कुठेकुठे खोल खोल दऱ्या आणि त्यातून हिरव्यागर्द कुआर अरण्यातून येणारा रानवारा सुखद अनुभव देत होता. गरुडासारखे शिकारी पक्षी या खोऱ्यावर सतत टेहळणी करताना दिसत होते. वैराटनंतरचं शुष्कवन आणि त्यातील खडतर रस्त्यावरून आमचे वाहन धडाडत धावत होते. आतमध्ये बसलेल्या प्रत्येकाचा प्रत्येक अवयव खिळखिळा झाल्यासारखा वाटत होता.

एवढ्यात एका वळणावर दहा-बारा रानगव्यांचा कळप दिसल्याने गाडी थांबली. मनाला क्षणभर हायसे वाटले. कळपाची छायाचित्रे घेतली आणि पुढे निघालो. काही वेळातच साधुकुंडी परिसरात येऊन पोचलो. येथील नाल्यातील विविध जलकुंडांवर हिरव्या डेरेदार वृक्षांची शीतल छाया पसरली होती. वानरटोळ्या आणि विविध पाखरांची उपस्थिती यामुळे हा परिसर चैतन्यदायी वाटत होत्या. वाघ, बिबट, अस्वल, तडस, रानकुत्रे, सांबर इ. वन्यप्राणी येथे पाखरपहाटे आणि सांजवेळी आपली तृष्णा भागविण्यास हमखास येतात, अशी वनरक्षकाद्वारे माहिती मिळाली. नाल्याच्या काठावर कमीत कमी नैसर्गिक साधनसंपत्तीचा वापर करून अत्यंत आकर्षक अशी मचाणवजा कुटी बांधण्यात आली आहे. वनरक्षणासाठी असलेल्या व्याघ्र प्रकल्पाचे कर्मचारी येथे राहतात. कुटीचे अंगण रानगव्यांच्या शेणाने सारवले होते. साधुकुंडी आणि कुंड येथील ह्या कुशलतेने बांधलेल्या आकर्षक वनराहुट्या मला मेळघाटात प्रथमच पाहण्यास मिळाल्या. अशा प्रकारच्या वनचौक्या, मचाण व पर्यटक-अभ्यासकांना नेहमीच खुणावत असतात. या भागातील विविध पाणवठ्यांवरील मचाणसुद्धा अत्यंत कुशलतेने आकर्षक व मजबूत बांधलेले आहेत, जेथे चार-पाच वन्यजीव अभ्यासक आरामात सुरक्षितपणे बसू शकतात. पाणी हे जीवन आहे याची पुरेपूर जाणीव ठेवून त्यांनी अशा बऱ्याच ठिकाणी बंधारे घालून पाणी साठवले आहे.

रानावर अंधारछाया दाटू लागली होती. मुक्कामासाठी कुंड येथे येऊन पोचलो. रानरातव्याचे चक्कू, चक्कू, मोराचे मियॉऊ आणि सांबराचे पोंक् पोंक् आवाज येथील रानावर पसरू लागले होते. येथे जंगलरक्षणासाठी असलेल्या चंपाकली हत्तीणीने आमचे स्वागत केले. तिचं वय असावे अंदाजे पंधरा वर्षे. तिच्या गुणांचे गोडवे माहुताकडून ऐकावयास मिळाले. अन्यायाचा प्रतिकार करणारी ही चंपाकली अख्या मेळघाटात प्रसिद्ध आहे. एकदा तर तिने हापसीला पाणी येत नाही म्हणून अख्खी हापसीच सोंडेने उखडून टाकली होती. काही वेळाने चंपाकलीला रात्रीचे गूळ-भाकरीचे जेवण देऊन चरण्यासाठी जंगलात सोडण्यात आले. आम्हीही आपआपल्या बॅगा सोडल्या. हातपाय धुऊन बांबूकुटीसमोर बसलो. जेवायला वेळ असल्यामुळे या परिसराचे वनपरिक्षेत्र अधिकारी श्री. बेदरकर यांनी लॅपटॉपवर रहस्यमय आणि अदभुत असे आकाशगंगेचे दर्शन घडविले. जेवणाची वेळ झाली होती. सर्वांनी जेवण घेतले. आराम करण्यास निघावे तोच पूर्वेकडे एक-दोन फर्लांग अंतरावर मोठ्यामोठ्याने हॅंअऽ हॅंऽ असा आवाज येऊ लागला. वेळावेळाने

तो वाढतच होता. आम्ही सर्व तो आवाज कान टवकारून ऐकत होतो. कुठला तरी वन्यजीव शिकारी प्राण्याच्या तावडीत सापडावा आणि त्यातून सुटण्याच्या धडपडीत त्याने हा आवाज काढल्यासारखा वाटत होता. दोन-तीन दशकांच्या वन्यजीव निरीक्षणाच्या अनुभवानुसार मलाही हा अंदाज आला. वाघ किंवा बिबटाने शिकार साधण्यासाठी केलेला हा प्रयत्न होता. साधारणत: अर्धा-पाऊण तास एकसारखा आवाज सुरू होता. काहीवेळाने तो बंद पडला. सर्व अरण्य शांत झालं आणि आम्हीही झोपी गेलो.

मयूराच्या आवाजाने रानपहाट झाली. भल्या पहाटे रानवाचन करावयास निघाल्यावर रात्रीचे चित्र स्पष्ट झाले. काही अंतरावर रानवाटेवर वाघ आणि रानगव्यांच्या पाऊलगुणा दिसत होत्या. रानगव्यांच्या कळपाच्या एकतेमुळे वाघाची शिकार हुकली होती. संपूर्ण कळपाने सामना करून त्यास हुसकावून लावले होते. रानगव्यांच्या एकतेचा विजय झाला होता. जंगलाचा राजा वाघ मात्र भुकेला राहून शिकारीच्या शोधात पुढे निघून गेला होता. मला मात्र कुंडच्या जंगलाने आज नवीन अनुभव दिला होता.

वन्यजिवांचे माहेर म्हणजे जंगल. निसर्गानं त्यांना दिलेलं हक्काचं घर. मात्र बुद्धिवान मानवानं त्यांच्या आश्रयस्थानांवर अतिक्रमण केलं आणि आपला निवारा उभारला. गाव वसवलं. माणसांसोबत गुरढोरंही वाढवली. परिणामी अशा ठिकाणच्या वन्यप्राण्यांना आपली आश्रयस्थानं सोडावी लागली. परिणामी पर्यावरण असमतोलास सुरुवात झाली. कालांतराने वनखात्याच्या आणि वन्यजीव अभ्यासकांच्या ही बाब लक्षात आली. जंगलातील गावांचे पुनर्वसन करण्याचे काम सुरू झाले. सरकारने गावकऱ्यांना दुसरीकडे सर्व सुविधा उपलब्ध करून दिल्याने मानवाचे संसारही फुलले. इकडे जुन्या ठिकाणी हळूहळू गवती वनस्पतींची वाढ होऊ लागली. गवताची सुंदर माळराने तयार होऊ लागली. हळूहळू त्यात सूक्ष्म जीवांची निर्मिती होऊ लागली. कालांतराने तृणवर्गीय प्राणी येऊ लागले. पूर्वी येथे असलेल्या माणसांचे पाण्याचे स्रोत पशुपक्ष्यांच्या उपयोगी पडू लागले. त्यांची कुळं वाढू लागली. गवताळ रमणात हरणं, सांबर, रानगवे, बिबट, अस्वल, रानकुत्रे इ. वन्यप्राणी मुक्तपणे संचार करू लागले. एवढेच नव्हे तर या अरण्यात व्याघ्रराजाची डरकाळीही ऐकू येऊ लागली. मानव आणि वन्यजीव दोघांनाही न्याय मिळाला. पर्यावरणाचा समतोल राखण्यात यश मिळाले. हे ठिकाण आहे मेळघाटातील **'कुंड'**. मेळघाटातील माणसांच्या या गावाचा आज

अरण्योदय झाला. दोन हजार साली या गावाचे पुनर्वसन झाले. कुंडचं हे अरण्यक्षेत्र चारही बाजूंनी सातपुडा पर्वतराजींनी वेढलेलं आहे. एखाद्या विवराप्रमाणे येथे आज समृद्ध निसर्गसृष्टीचं रूप पाहण्यास मिळतं.

वैराट, तुकडीबुरा, साधुकुंडी, कुंड, तारूबांदा, डोलार हा वन्यजिवांचा एक प्रमुख संचारमार्ग (कॉरिडोअर) थेट गुगामल राष्ट्रीय उद्यानाला जोडला गेला आहे. पूर्वी येथे मानवाने गाव वसवले होते. गावामुळे हा संचारमार्ग तुटला असावा. पुनर्वसनामुळे आता तो पूर्ववत झाला आहे.

संपूर्ण मेळघाटात जंगलसंरक्षणासाठी विविध ठिकाणी मिळून एकूण जवळपास पाच हत्तीणी वापरल्या जातात. जंगलाचे रक्षण, रायमूनियाचे उच्चाटन, शिकारी आणि लाकूडचोरांवर लक्ष ठेवणे इ. कामे त्यांच्याकडून करून घेतली जातात. वयाच्या पाचव्या-सातव्या वर्षी त्यांना येथे आणले गेले आहे. कित्येक वर्षांपासून नियमाप्रमाणे त्यांना दररोज आहारही दिला जातो. त्यांची योग्य ती निगाही राखण्यात येते. साधारणत: हत्ती वयाच्या बाराव्या-पंधराव्या वर्षी वयात येतो. हत्तीणीचा गर्भधारणा काळ बावीस महिन्यांचा असतो. पिल्लं आठ महिन्यांपर्यंत दूध पितात. पन्नास वर्षांपर्यंत मायबापांशी त्यांचे कौटुंबिक संबंध राहतात. हत्तीच्या सोंडेमध्ये ४० हजार मांसपेशी असतात. त्यामुळे सोंडेवर नियंत्रण ठेवणे अत्यंत कठीण असते. पूर्ण वाढ झालेल्या हत्तीचे वजन पाच ते सहा हजार किलो असते. हत्तीचे संपूर्ण आयुष्य १०० ते १२५ वर्षे असते. परंतु मेळघाटात लहानपणी आणलेल्या या हत्तीणी निसर्गनियमानुसार तरुण झाल्यावर माजावर येतात, तेव्हा त्यांची अवस्था अत्यंत बिकट होऊन जाते. त्या बावरून जातात. त्यांच्या वागणुकीत वेगळेच परिवर्तन होते. माहूत, अधिकारी, कर्मचाऱ्यांना या काळात अत्यंत सावध राहवे लागते. कुंड येथील चंपाकली ही हत्तीण गेल्या पावसाळ्याच्या अगोदर माजावर येऊन गेली असता तिने विचित्र वर्तन केल्याचे कळाले. मन सुन्न झाले. विशिष्ट आकाराच्या शिळा, झाडाची खोडं यांना ही हत्तीण कवटाळत होती, असे समजते. एकंदर पाचही हत्तीणींची अवस्था अशीच होती, असे समजले. एक प्रकारे हा या मुक्या प्राण्यांवर अन्यायच होत आहे, असं मला वाटतं. तेही वाघ आणि वन्यजिवांच्या रक्षणासाठी निर्माण केलेल्या व्याघ्र प्रकल्पात. याकरिता एखादा नर हत्ती जर लहानपणी येथे आणला गेला, तर पुढे हा प्रश्न सुटू शकेल. मात्र वन्यजीव प्रशासन आणि सरकार यांनी गंभीरपणे या गंभीर प्रश्नाकडे लक्ष देणे गरजेचे आहे.

गेल्या दोन-अडीच दशकांपासून मी वेळ मिळेल तसा जंगलभ्रमण करतो. सुरुवातीचे जवळपास दीड दशक जास्तीत जास्त मेळघाटात भटकलो. मात्र अलीकडे हळूहळू मेळघाटभ्रमण कमी कमी होत गेले. कारण येथील बहुतेक अधिकारी कर्मचाऱ्यांची जंगलरक्षणाबाबतची अनास्था आणि वन्यजीव अभ्यासक, पर्यटकांना जागोजागी अडवणुकीची भाषा यामुळे येथे भ्रमण करण्यास मन करत नाही. यामुळे मेळघाट सोडून मध्यप्रदेश, केरळमधील जंगलांची भ्रमंती आमच्या सहा निसर्गवेड्यांच्या चमूने सुरू केली. त्यातून तेथील जंगलांची श्रीमंती आणि पर्यटक आणि अभ्यासकांशी तेथील व्यवस्थापनाचे अत्यंत चांगले वर्तन दिसले. यामुळे देशी-विदेशी पर्यटकांनी ही जंगलं फुलून गेलेली दिसतात. मात्र एवढं असूनही कधीकधी निर्बंध असूनही मेळघाटच्या माहेरात फिरून यायची उबग आल्याशिवाय राहत नाही. अलीकडे बऱ्याच वर्षांनंतर मेळघाटात यायचा योग आला. चिखलदऱ्यात-वैराट-साधुकुंडी, कुंड या अरण्यक्षेत्रांत भटकंती झाली आणि या भागातील पाण्याचे स्रोत, मचाण, जंगलाचे संरक्षण यामुळे वन्यजिवांची उपस्थिती एक आशेचा किरण जागवते. यामागे येथील अधिकारी, कर्मचाऱ्यांची तळमळ लक्षात येते. मात्र मध्यप्रदेशसारखे योग्य ते नियम करून पर्यटकांना, अभ्यासकांना या भागात भ्रमण घडवून आणले गेले पाहिजे. आकर्षित केलं पाहिजे. तरच या जंगलाची श्रीमंती जगाला कळू शकेल. त्यामुळे जंगल आणि वन्यजीवरक्षणासाठी माणसं पुढं येतील. त्यांना वन्यजिवांचा लळा लागेल.

-०-०-०-

१९.
मारुती चितमपल्ली : ७९ वर्षांचं अरण्य

जंगलं ही सहाही ऋतूंत समाधिअवस्थेतच असतात. त्यातून निसर्गाचं अंतर्मन जाणायचं असेल, तर खडतर तपश्चर्या करावी लागते. साधना करावी लागते. जंगलातील आव्हान देणाऱ्या रानवाटांवर वन्यजिवांच्या पाऊलखुणा म्हणजे जंगलाची लिपी असते. त्यातूनच मग हळूहळू निसर्गाची अनेक रहस्ये उलगडू लागतात. या लिपीला मारुती चितमपल्ली यांनी आपल्या मायबोलीची पाखर घातली. त्यांचे साधे, सरळ आणि भावस्पर्शी लेखन असंख्य वाचकांच्या हृदयात विराजमान झाले. त्यांचे कोणतेही पुस्तक वाचायला घ्या; शेवट होईपर्यंत हातचे सुटतच नाही. जणूकाही ते निसर्गाला, त्यातील प्रत्येक घटकाला वाचकांच्या पुढ्यातच आणून ठेवतात आणि मग वाचक त्यात मनसोक्त भटकू लागतो. उत्कट निसर्गलेखनाची अशी किमया महाराष्ट्रात दुर्गा भागवत, व्यंकटेश माडगूळकर यांसारख्या अतिथींनाच साधली आहे. त्यांच्या या वैशिष्ट्यपूर्ण शैलीमुळे महाराष्ट्रातीलच नव्हे, तर संपूर्ण भारतात आज त्यांचे वाचक त्यांच्या लेखनावर जिवापाड प्रेम करताना दिसतात. आज देशात अरण्य आणि वन्यजिवांविषयी जी जनजागृती झाली आहे, त्यात श्री. मारुती चितमपल्ली यांचा वाटा फार मोठा आहे.

अरण्य हा मारोतरावांचा श्वास. निर्झरातील पाण्यासारखं त्यांचं निर्मळ आयुष्य. रानावनातील पाणवठ्यासारखं त्यांचं नितळ मन आणि पाण्यातील

तरंगासारखं त्यांचं भावस्पर्शी लेखन मनाला भुरळ घालतं. साधा, सरळ, निगर्वी आणि प्रतिभाशाली लेखक म्हणून आज त्यांची ख्याती आहे. म्हणून सोलापूर येथील अखिल भारतीय मराठी साहित्य संमेलनाच्या अध्यक्षपदीही ते निवडून आले होते. माणसांपेक्षा वन्यप्राण्यांनी अधिक प्रेम दिल्याचं कबूल करतानाच त्यांनी या निवडीमुळे माणसाप्रतीही तेवढीच कृतज्ञता व्यक्त केली आणि वन्यप्राण्यांत रमणारे मारुती चितमपल्ली अलीकडे माणसांमध्ये रमायला लागले. नियतीनं जणू निसर्गालाच साहित्य संमेलनाच्या व्यासपीठासाठी प्रतिनिधित्व दिलं, असं म्हटल्यास वावगं ठरणार नाही. इतकी वर्षे जंगलात राहिल्याने निसर्ग तुमच्या मनात कायमचा अंतर्भूत होतो, त्याला बाहेर काढता येत नाही, असंही मग चितमपल्ली सांगून जातात.

निसर्ग हा प्रत्येक सजीवावर मायेचा हात फिरवत असतो. मानवावरसुद्धा. कारण माणूस आणि निसर्ग यांचं सनातन नातं आहे. माणूस हासुद्धा निसर्गाचा एक प्रमुख घटक आहे. प्रत्येक घटकाने प्रत्येकाचा आदर केला पाहिजे. समाधि-अवस्थेत नेणारी जंगलं, जीवनाचा अर्थ सांगणारी आणि फुलवणारीही आहेत. भोगवादी आणि चंगळवादीपणामुळे माणूस आज स्वार्थाकडे झुकला आणि ऋतुचक्रातील सृष्टीकडे पाहण्याचा त्याला हळूहळू विसर पडला. पशुपक्ष्यांचं तसं नाही. प्रत्येक ऋतूत ते सारखेच समरस झालेले असतात. गेल्या दोन तपांपासून मलाही अरण्यभटकंतीचा छंद लागला आहे. रानावनांत भटकून वन्यजिवांचा, त्यांच्या पाऊलखुणांचा मी पाठलाग करतो. निरीक्षणं व अभ्यास करून त्यावर आधारित लेखन करतो. वृत्तपत्रांमध्ये ते वेळोवेळी प्रकाशित होत असते. माझ्यातील लेखक घडविण्यात चितमपल्ली यांचा फार मोठा वाटा आहे. एकेकाळी मला त्यांच्या रानवाटा, रातवा, जंगलाचं देणं, पक्षी जाय दिगंतरा इ. पुस्तकांचं अक्षरश: वाचनवेड लागलं होतं. आजही ते तेवढंच कायम आहे. मी माझ्या सुरुवातीच्या काळात आदरणीय चितमपल्ली यांना गुरुस्थानी मानून सतत बारा वर्षे त्यांची एकलव्यनिष्ठेने सेवा केली. प्रसिद्धीखात्यातील नोकरी व कुटुंब सांभाळून अरण्यभ्रमण करत गेलो. निरीक्षणं करीत गेलो. लेखन करत गेलो. आश्चर्याची बाब म्हणजे बरोबर बारा वर्षांनंतर या अरण्यऋषीची एका कार्यक्रमात अचानक भेट झाली. त्यांना पदस्पर्श केला. मला गहिवरून आले. त्यांनी पाठीवर हात ठेवला आणि म्हणाले, ''हिरुरकर, तू चांगलं लिहितोस. मी तुझे अरण्यलेखन वरचेवर वाचत असतो. तू असंच लिखाण चालू ठेव. आपल्याजवळ जे ज्ञान

आहे ते त्वरित इतरांना द्यावं, म्हणजे ते वाढत जाते. प्रकाशित लेखांवर एखादं पुस्तक प्रकाशित कर.'' त्यांच्या या प्रेरणेने मग माझं **'अरण्यओढ'** हे पहिलं पुस्तकं जून २००४ मध्ये प्रकाशित झालं. त्यानंतर **'भुलनवेल'** आणि **'पक्षीमेळा'** ही पण पुस्तकं प्रकाशित झाली.

२००१ मध्ये मी नागपूर दौऱ्यावर असताना मारुती चितमपल्ली यांना प्रथमच भेटायला त्यांच्या घरी गेलो. त्यांनीच दरवाजा उघडला आणि मी दिपून गेलो. खोलीमध्ये चौफेर पसरलेल्या ग्रंथसंपदेत ते इवल्याशा टेबलावर बसून लेखनकार्यात गुंतले होते. त्यांच्यासोबत बरीच चर्चा झाली. चर्चा कसली? ते बोलत होते आणि मी ऐकत होतो. निघायच्या तयारीत असतानाच त्यांनी मला **'फ्लोरा ऑफ महाराष्ट्र'** कुठे भेटल्यास आणून देण्यास सांगितले. कारण त्यांना ते पुस्तक मुंबई, पुण्यातही सापडलं नव्हतं. मी लगेच कामाला लागलो आणि दुसऱ्याच दिवशी नागपूरच्या शासकीय ग्रंथभांडारातून आटापिटा करून ते पुस्तक आणून दिलं. त्यांना खूप आनंद झाला. आगामी वृक्षकोश या ग्रंथासाठी हे पुस्तक त्यांना अत्यंत उपयोगी पडणार आहे, याची मला जाणीव होती. लगेच त्यांनी स्वतःचेच 'निसर्गवाचन' हे पुस्तक माझ्या हाती ठेवले. मला स्वर्गीय आनंद झाला.

मारुती चितमपल्ली यांनी अखंड बारा वर्षे खडतर तपश्चर्या करून लिहिलेला साडेपाचशे पक्ष्यांची माहिती असलेला **'पक्षिकोश'** प्रकाशित झाला आहे. पक्षिमित्रांना हा कोश म्हणजे एक पर्वणीच ठरली आहे. हा पक्षिकोश प्रत्येक मराठी माणसाच्या घरातच नव्हे तर त्याच्या साहित्यदालनाची श्रीमंती वाढविणारा ठरला आहे. त्यापाठोपाठ त्यांचं **'चकवा चांदणं : एक वनोपनिषद'** हेही आत्मचरित्रपर पुस्तक प्रकाशित झालं आणि निसर्गसाहित्याच्या नभात ते शुक्रचांदणं ठरलं. आता 'वृक्षकोश' आणि 'प्राणिकोश' या पुस्तकांचीही तयारी सुरू आहे. माझ्यासारखे निसर्गलेखन करणारे असंख्य निसर्गलेखक त्यांच्या प्रत्येक पुस्तकाची चातकाप्रमाणे वाट पाहत असतात.

निसर्ग हा मानवाचा गुरू आहे. त्याच्या अंतर्मनात प्रवेश करून त्यातील गूढ रहस्य मिळवावयाचे असेल तर तपश्चर्या करावी लागते. अरण्यसाधना करावी लागते. यासाठी मग आवश्यक असते अरण्यशिस्तीत रानोमाळ भटकणं. वन्यजिवांच्या पाऊलखुणांचा पाठलाग करणं. समाधि-अवस्थेतील जंगलाचं अंतर्मन जाणून घेण्यासाठी स्वतःही समाधि-अवस्थेत जावं लागतं. मात्र, यासाठी

निसर्गमन असणं अत्यंत आवश्यक असतं.

निसर्गावर श्रद्धा ठेवा, त्यावर प्रेम करा, म्हणजे निसर्ग तुम्हाला भरभरून देतो. कारण जंगलं आहेत तोपर्यंत मानवाचं अस्तित्व आहे. यासाठी प्रत्येकानं निसर्गरक्षणार्थ झटलं पाहिजे. कर्तव्य करावे पण फळाची आशा करू नये, ही पाखरांची नीती सांगताना अरण्यऋषी मारोतराव चितमपल्ली स्वत:ही याच नीतीनं आयुष्य जगत आहेत. म्हणूनच निसर्गानेही त्यांना भरभरून दिलं. ७९ वर्षांचं मारुती चितमपल्ली नावाचं हे निबिड अरण्य असंच बहरत राहो, ही निसर्गचरणी प्रार्थना...!

-०-०-०-

२०.
भीमकुंडाचं देणं

रिमझिम रिमझिम वर्षाधारेत हिरव्या-हिरव्या चोहीकडे कसं चैतन्य ऊफाळून आलं होतं. डोंगर शिरावर पडलेलं पाणी धारेधारेनं धबधबा बनून खाली धडाडत कोसळत होतं. हिरव्या शालूतील सृष्टी या पांढऱ्या शुभ्र फेसाळ पाण्याच्या अवतरणाने निसर्गहास्य फुलवित होती. तेव्हा त्याच्या प्रचंड घर्षणाने तेथे उर्जा निर्माण होत होती. मग बाष्पीकरणाचे ढग तेथे तयार होत होते. ते हळूवारपणे अलगद वर येऊ लागताच, या ढगांच्या पदरमोडीतून दिसणारा भिमकुंडचा धबधबा निसर्गसृष्टीचं स्वर्गीय रूप दाखवित होता. अशाच ठिकाणाहून मग एखाद्या सरितेचा उगम होत असतो. जन्म होत असतो. हीच नदी पुढे मग असंख्य सजीवसृष्टीला वाढवत आपला प्रवास करत असते. ते असतं सातपुड्यातील 'भिमकुंडाचं देणं'. वर्षा ऋतुत चिखलदऱ्यात आलेल्या पर्यटकांचे प्रमुख आकर्षण म्हणजे 'भिमकुंड'.

आषाढपर्यंत पाऊसधारांनी चिंब भिजलेली सृष्टी श्रावणाला हळुवार स्पर्श करते ते हिरवं लेणं लेवूनच. मेळघाटाच्या घाटवळणातून प्रवास करत होतो. दूरदूरपर्यंत सबंध वृक्षवनस्पती नखशिखान्त हिरव्या झालेल्या दिसत होत्या. सततच्या पावसामुळं काही झाडांच्या खोडांवरही हिरव्या शेवाळाने आपलं बस्तान-साम्राज्य वाढविलं होतं. काळ्या जमिनीवर तृणवर्गीय वनस्पतींचा हिरवा मोरपिसारा फुलला होता. काही

वेळातच दिगंतरातील कृष्णमेघांची दाटी काहीशी पांगायला लागली. ऊन-पावसाचा लपंडाव सुरू झाला. तोच नभात इंद्रधनू अवतरला आणि ओठांवर मंगेश पाडगावकरांचे शब्द फुटू लागले.

श्रावणात घननिळा बरसला रिमझिम रेशीम धारा,
उलगडला झाडातून अवचित हिरवा मोर पिसारा....

निसर्गाचं खरं पावसाळी रूप अनुभवायचं असेल तर पर्वतराजींत दऱ्याखोऱ्यांच्या डोंगरवनात भटकावं... सारी सजीव सृष्टी हिरव्या अथांग सागरात पांघरलेली दिसते. रानवाऱ्यामुळे यावर हिरव्या सागरलाटा उसळल्यागत दिसून येतात. झुळूझुळू वाहणारे निर्झर, खळाळत वाहणाऱ्या सरिता ह्या सृष्टीच्या जीवनरेखा बनून आपला प्रवास करताना दिसतात. सागरभेटीसाठी त्यांची ही ओढ जीवनाचा अर्थ सांगत असते. कारण जीवन हाही एक प्रवाह आहे. ते सतत प्रवाहासारखं सुरू राहिलं पाहिजे, तरच हे जीवन सुखकर होते. थांबवलं तर ते संपून जातं. सरितेचा शेवट म्हणजे सागरात विलीन होणं. तसं मृत्यूनंतर माणसाचा जीव हाही कशात तरी विलीन होत असावा काय?

रिमझिम रिमझिम वर्षाधारेत हिरव्या हिरव्या पर्वतराजींत चोहीकडे कसं चैतन्य उफाळून आलं होतं. डोंगर-शिरावर पडलेलं पाणी धारेधारेनं धबधबा बनून खाली धडाडत कोसळत होतं. हिरव्या शालूतील सृष्टी या पांढऱ्या शुभ्र फेसाळ पाण्याच्या अवतरणाने निसर्गहास्य फुलवीत होती. दगडी शिळांवर आदळत आपटत ह्या पाऊसधारा जेव्हा जमिनीवरच्या दगडांवर पडत होत्या. तेव्हा त्याच्या प्रचंड घर्षणाने तेथे ऊर्जा निर्माण होत होती. मग बाष्पीकरणाचे ढग तेथे तयार होत होते. ते हळुवारपणे अलगद वर येऊ लागताच या ढगांच्या पदरमोडीतून दिसणारा भीमकुंडाचा धबधबा निसर्गसृष्टीचं स्वर्गीय रूप दाखवीत होता. अशाच ठिकाणाहून मग एखाद्या सरितेचा उगम होत असतो. जन्म होत असतो. हीच नदी पुढे मग असंख्य सजीव सृष्टीला वाढवत आपला प्रवास करत असते. ते असतं सातपुड्यातील 'भीमकुंडाचं देणं' वर्षा ऋतूत चिखलदऱ्यात आलेल्या पर्यटकांचे प्रमुख आकर्षण म्हणजे 'भीमकुंड'.

सातपुडा पर्वतराजींतील असेच एक उंच ठिकाण म्हणजे चिखलदरा होय. विदर्भाचं नंदनवन म्हणून ते अख्ख्या महाराष्ट्रभर सुपरिचित आहे. सातपुड्याच्या विस्तीर्ण रांगा येथून दिसतात. धामणगाव-गढी मार्गाने चिखलदऱ्याच्या अलीकडे सात-आठ किलोमीटर अंतरावर पाण्याचा असाच एक प्रचंड उत्पात दिसतो. तो

म्हणजे भीमकुंड होय. इंग्रजी व्ही आकाराच्या हिरव्या पर्वतावरून कोसळणारा भीमकुंड नावाचा जलप्रपात निसर्गसृष्टीला एक अलौकिक सौंदर्य प्राप्त करून देतो. हिरव्या खोऱ्यात उफाळून आलेलं हे पांढरं चैतन्य येथे भेट घेणाऱ्या पर्यटकांना आकर्षित करते. अबोल करून टाकते. त्यातही धबधब्यावर पांघरलेले ढग रानवाऱ्याच्या एखाद्या झुळकीमुळं अलगद दूर होऊ लागतात आणि भीमकुंडाच्या धबधब्याचं स्वर्गीय रूप दिसू लागतं. ते दृश्य पाहणाऱ्याच्या मनाला अनामिक ऊर्जा देत असते. मेळघाटाच्या पावसाळी भटकंतीत निसर्गाची अशी अनंत रूपं बऱ्याच ठिकाणी पाहायला मिळतात. मी ते वेळोवेळी अनुभवत असतो.

चिखलदराजवळच्या या भीमकुंडाला ऐतिहासिक आख्यायिकाही आहे. ती म्हणजे पांडव अज्ञातवासात असताना येथील विराटराजाच्या वैराट नगरीत राहत होते, तेव्हा कीचकाची वाईट नजर द्रौपदीवर पडली. संतापलेल्या भीमाने कीचकाचा वध करून त्याला एका दरीत फेकले. ही दरी म्हणजे कीचकदरी म्हणजेच आजचा चिखलदरा होय आणि कीचकाच्या वधाने भरलेले हात ज्या कुंडात भीमाने धुतले तेच हे भीमकुंड होय.

मात्र काही अतिउत्साही पर्यटक चंगळवादी वृत्तीमुळे येथील परिसराला, वातावरणाला गालबोट लावतात. पावसामुळे असंख्य ठिकाणी घसरण तयार होते. दगडं शेवाळलेली असतात. त्यांवरून काहीही दक्षता न घेता हे पर्यटक खाली उतरण्यासाठी स्पर्धा लावतात आणि पाय घसरून खाली कुंडाजवळच्या मोठमोठ्या शिळांवर पडतात आणि आपल्या हाताने आपला जीव गमावून बसतात. दरवर्षी कुंडात घसरून पडलेल्यांची संख्या वाढतेच आहे. याला जबाबदार ते स्वत:च असतात. निसर्गाचा आनंद लुटायचा असेल तर तो स्वत: साधक होऊन लुटला पाहिजे. वातावरणात, परिसरात मिसळतील असेच कपडे घालावेत, पायांत स्पोर्ट शूज असणे आवश्यक आहे. तसेच मोठमोठ्याने ओरडू नये. मद्यप्राशन न करणे इ. गोष्टी पाळणे अत्यंत आवश्यक आहे; तरच निसर्गाचा आनंद लुटता येऊ शकतो.

जीवनाचं दुसरं नाव संघर्ष आहे. जसं दु:खाशिवाय सुखाला महत्त्व नाही, तसं संघर्षाशिवाय जीवन नाही. तरच त्या जीवनात अर्थ असतो. अन्यथा ते साचलेल्या डबक्यासारखं होऊन जाते. सृष्टी आपल्याला हे प्रत्येक ऋतूत हरघडीला शिकवीत असते. वसंत, ग्रीष्म, वर्षा, शरद, हेमंत, शिशिर या सहा ऋतूंत ते आपल्याला अनुभवता येतं. मात्र त्यात समरस होता आलं पाहिजे. नव्हे, ते शिकलं

पाहिजे. आपणही निसर्गाचाच एक घटक आहोत याची जाणीव प्रत्येकाने ठेवली पाहिजे. शरदात फुलांचा उत्सव सुरू होतो. हेमंतात फळांचा बहर दिसून येतो आणि शिशिर पुन्हा आपली पावलं सृष्टीवर टाकून केशसंभार उतरवतो. पानगळीला सुरुवात होते. ती असते वसंत ऋतूच्या नवअंकुरांसाठी. वसंत पालवीनंतर येणारी फुलं, फळं त्यानंतर ग्रीष्मात झालेली पानगळ सृष्टीला बोडखं करून रानावनांला समाधिस्थ करून टाकते. त्यानंतर उन्हामुळे तप्त झालेली सृष्टी वर्षाधारांनी न्हाऊन निघते आणि पुन्हा हिरवं लेणं लेवून बसते. असं हे ऋतुचक्र जीवनाचा अर्थ सांगत असते. नव्हे, जीवन जगायला बळ देत असते. ते असतं वर्षा ऋतूतील पर्यटकांचं प्रमुख आकर्षण असलेलं सातपुड्यातील 'भीमकुंडाचं देणं.'

–o–o–o–

२१.
सातपुड्यातील अश्मयुगीन चित्रशाळा

अमरावतीच्या आमच्या सहा निसर्गवेड्यांच्या चमूने शोध लावलेल्या पंधरा ते वीस हजार वर्षांपूर्वीच्या सातपुड्यातील तापीच्या खोऱ्यातील चित्रगुहा ह्या अश्मयुगीन आदिमानवाच्या संस्कृतीच्या पाऊलखुणा आहेत. प्रथम चित्रगुहेचा शोध (discover) जानेवारी २००७ मध्ये चमूने लावला. आतापर्यंत गेल्या पाच वर्षांत अशा एकूण ३० चित्रगुहा शोधून काढल्या. भारतातील हा परिसर दुसरा 'भीमबेटका' असून तो महाराष्ट्रात की मध्य प्रदेशात हा प्रश्न गौण मानला जाऊन भारतातील तो एक जगप्रसिद्ध असा अनमोल ठेवा आहे. इंडियन आर्कालॉजिकल सोसायटी, नवी दिल्ली यांच्या 'पुरातत्त्व' या जर्नलमध्ये या शोध-कार्यासंबंधी नुकताच एक लेख प्रकाशित झाला. त्याची दखल घेऊन या परिसरात सखोल संशोधन भारताच्या पुरातत्त्व विभागाने सुरू केले आहे. भारतातीलच नव्हे, तर जगातील इतिहासाच्या अभ्यासकांना आणि पर्यटकांना हा ठेवा दाखविण्यासाठी आवश्यक ती पावलं उचलली जात आहेत. एक दिवस मध्य प्रदेशातील जगप्रसिद्ध भीमबेटकाप्रमाणे सातपुड्यातील चित्रगुहासुद्धा (cave painting) जागतिक वारसा केंद्र (world heritage centers) म्हणून नावारूपास येऊ शकतील.

मानवाच्या उत्पत्तीनंतर तो जेव्हा समूहाने राहू लागला तेव्हापासून त्याने आपलं जगणं, आपली

संस्कृती यांचे प्रतिबिंब पर्वतांमधील गुहांमध्ये चित्रे काढून मागे ठेवलं. पुढच्या पिढीसाठी ह्या पाऊलखुणाच मार्गदर्शकाची भूमिका निभावत असतात. प्रतिकूल परिस्थितीत जीवन जगण्याचा मार्ग दाखवत असतात. इतिहास शोधण्यासाठी त्या महत्त्वाच्या भूमिका पार पाडू शकतात. मानवी समाजाचा आदिम काळापासूनचा इतिहास जेव्हा आपण शोधू लागतो, तेव्हा या पाऊलखुणांवरून मानवाची वाटचाल समोर येते. फ्रान्स, स्पेनमधल्या लास्को, अल्टामिरा, आफ्रिकेतील कालाहारी डेझर्ट आणि भारतातील जगप्रसिद्ध भीमबेटका आदी ठिकाणांच्या चित्रगुहांनी अश्मयुगीन मानवाच्या इतिहासाचे दालन उघडं केलं आहे. त्याचा अभ्यास करणंही तेवढंच आवश्यक आहे.

सातपुडा पर्वत म्हणजे महाराष्ट्र आणि मध्य प्रदेश राज्यांची सीमारेषा. महाराष्ट्रातील अमरावती जिल्ह्यातील हद्द म्हणजे पूर्वउत्तरेकडच्या सातपुडा पर्वतरांगा. अलीकडे महाराष्ट्र आणि पलीकडे मध्य प्रदेश. अमरावतीपासून मोर्शी-चिंचोली-गवळी मार्गे धारूर हे अंतर जवळपास ७०-७५ किलोमीटर आहे. धारूर हे सातपुड्याच्या अलीकडच्या पायथ्याचे गाव आहे. पाच-पन्नास घरांचे हे आदिवासीचे गाव. गाव तसं मध्य प्रदेशमध्ये आहे. मोर्शी चांदुरबाजार या मुख्य रस्त्यावरून चिंचोली गवळी हे उजवीकडील गाव ओलांडताना पुढ्यात दूरवर क्षितिजापर्यंतचा सातपुडा पर्वत खुणावत असल्याचे दिसून येते. दुर्बिणीने पाहिले असता पर्वतावरील काही रॉक शेल्टर्स (गुहा) आपलं लक्ष वेधून घेतात. मानव जातीचा काहीतरी इतिहास येथे दडला असल्याचे मनाला वाटते. पायथ्याजवळच्या धारूरनंतर जसजसे पदभ्रमणाने सातपुडा चढण्यास सुरुवात होते. तसतशा ह्या इतिहासाच्या पाऊलखुणा नजरेत पडू लागतात. गुहेमधील चित्रं बोलू लागतात आणि माणूस अश्मयुगात प्रवेश करतो. तेही पंधरा-वीस हजार वर्षांपूर्वीच्या काळात.

सातपुड्याची चढाई करताना दऱ्याखोऱ्या नदीनाले, आंबा, मोह, वड, पिंपळ, पळस इ. वृक्षराजी, पशुपक्षी, मोठमोठ्या दगडांच्या शिळा इ. च्या सान्निध्यातील सहवास आल्हादकारक वाटतो. जवळपास साडेतीन किलोमीटर अंतर पार केल्यावर एका प्रचंड अशा दगडी गुहेजवळ पोहचतो आणि त्या गुहेतील दृश्य पाहून थक्क होतो. काही क्षण बोबडी वळते. गुहेतील अश्मयुगीन आदिमानवाने काढलेली वन्य प्राण्यांची चित्रे पाहून मन थक्क होते. 'मुंगसादेव चित्रगुहा' हे या गुहेचं नाव. समुद्रसपाटीपासून गुहा ५७५ मीटर उंचीवर आहे.

वाघ, बिबटा, हत्ती, गेंडा, चितळ-सांबर, चौसिंगा, अस्वल, रानडुक्कर, रानकुत्रे इ. वन्य प्राण्यांची चित्र येथे काढलेली आहेत. एक जिराफसदृश प्राण्याचेही चित्र यामध्ये आहे. बाजूला डावीकडे पंधरा रानकुत्र्यांचा कळपही येथे चित्रित केला आहे. मात्र हजारो वर्षांच्या प्रवासात रानकुत्र्यांच्या कळपाचे चित्र अस्पष्ट होत चालले आहे. सर्व चित्र गेरव्या रंगात भरीव असून एखाद्या आर्ट गॅलरीसारखे दृश्य येथे दिसून येते. विशेष म्हणजे प्रत्येक प्राण्याचे चित्र प्रमाणबद्ध काढले आहे कोठेही खोडतोड नाही. काटेकोर आणि साचेबद्ध अशी ही गुहाचित्रे काढली आहेत.

मुंगसादेव चित्रगुहेचा आकार तोंडावर १४३ फूट लांब, २७ फूट रुंद आणि ३० फूट उंच असा आहे. सर्व चित्रे सूर्यप्रकाशात दिसू शकतील अशा एकाच मोठ्या शिळेवर आहेत. प्रत्येक चित्राची सुरुवात उजवीकडून मुखाकडून करण्यात आली आहे. प्रत्येक चित्र जवळपास एक-सव्वा फूट उंचीचे व अंदाजे तेवढ्याच लांबीचे आहे. खालून जवळपास तीन फूट उंचीनंतर चित्र काढण्यास सुरुवात झाली असून ती अंदाजे नऊ फुटांपर्यंत काढली आहेत. जवळपास तीस चित्रे येथे काढली आहेत. प्रत्येक चित्राची सुरुवात उजवीकडून तोंडापासून केली आहे. डाव्या हाताने चित्र चितारणारा चित्रकार उजवीकडून चित्र काढतो. निरीक्षण आणि अभ्यासाअंती असे कळते की ही चित्रे अश्मयुगीन आदिमानवाने काढली असून ती अंदाजे दहा ते पंधरा हजार वर्षांपूर्वीची असावीत. गुहेतील जमिनीवर खाली पसरलेल्या दगडांमध्ये साधारण चार इंच व्यासाचे व सात आठ इंच खोलीचे खोल खड्डे आहेत. याचा उपयोग रंग तयार करण्यासाठी केला जात असावा. झाडं-वनस्पतींची मुळं, फळं, पानं, प्राण्यांची चरबी इत्यादीचा उपयोग एकत्र घोटून केला जात असावा. गुहेची निवड करताना पाण्याचा स्रोत, अन्न आणि सुरक्षित निवारा इ. चा विचार केला असल्याचे लक्षात येते. चित्रगुहेतील दगड हा गाळाचे खडक Sendimentary rock प्रकारातील असून हा परिसर लाखो वर्षांपूर्वी समुद्रतळाशी असावा. येथील दगडांच्या काही प्रवाळावरून असा निष्कर्ष निघतो. प्रत्येक चित्रगुहेसमोर थोडाफार मोकळा परिसर आहे. कुठे कुठे दूरपर्यंतचा परिसर दृष्टीस पडतो.

सातपुडा पर्वतराजीतील या चित्रगुहांच्या अभ्यासावरून असेही लक्षात येते की, पूर्वी भारत, ऑस्ट्रेलिया, दक्षिण अमेरिका आणि आफ्रिका हे देश एकाच खंडात होते. गोंडवाणा लँड म्हणून तो ओळखला जात असे. कालांतराने

भूगर्भातील प्लेट्सच्या बदलांमुळे ऑस्ट्रेलिया आणि आफ्रिका हे देश अलग झाले. त्यामुळे येथे राहणाऱ्या मानव व वन्य प्राणी यांची जनुकं एकच होती. त्यावरून अश्मयुगीन आदिमानवाची जगण्याची पद्धतही सारखीच होती, असा निष्कर्ष काढता येतो. जिराफ, गेंडा आणि हत्तीच्या चित्रांवरून हे प्राणी त्या वेळी सातपुड्यात होते असा निष्कर्ष काढता येऊ शकतो.

भारतात मध्य प्रदेशातील विंध्य पर्वतामध्ये भोपाळजवळ जगप्रसिद्ध भीमबेटका येथे अशा प्रकारच्या गुहाचित्रांचा शोध थोर पुरातत्त्व संशोधक डॉ. व्ही. एस. वाकणकर यांनी १९५७ मध्ये लावला. त्यांनी व त्यांच्या चमूने नंतर अहोरात्र शोध घेऊन नर्मदेच्या खोऱ्यात एकूण ७०० चित्रगुहा शोधल्या आहेत. पैकी २५७ गुहांमध्ये चित्रे आढळली आहेत. पृथ्वीच्या व मानवाच्या इतिहासाच्या दृष्टीने येथे असंख्य पुरावे उपलब्ध आहेत. या अश्मयुगीन गुहाचित्रांवरून भारतातील मनुष्य जीवनाच्या प्रारंभकाळाची ओळख होते. राजकीय इच्छाशक्ती, पुरातत्त्व विभाग आणि मध्य प्रदेश शासन यांच्या अथक प्रयत्नांमुळे भीमबेटका जगप्रसिद्ध आहे. युनेस्कोने तर भीमबेटकाला जागतिक वारसा केंद्र (World heritage centre) म्हणून घोषित केले आहे. आज दररोज तेथे देश-विदेशांतील हजारो अभ्यासक, पर्यटकांची गर्दी ओसंडून वाहत असताना दिसून येते.

हजारो वर्षांपूर्वीच अश्मयुगीन मानव जेव्हा समूहाने पर्वताच्या गुहेत राहायचा, त्या वेळी सुरक्षितता, पाणी, अन्न इ. बाबींचा पूर्ण अभ्यास करत होता. त्यानंतरच तो आपल्या आश्रयस्थानाची निवड करायचा. अरण्यातील कंदमुळे, फळे आणि वन्य प्राण्यांची शिकार करून तो जीवन जगायचा. जीवन जगत असताना परिसरातील वन्य प्राण्यांचे ज्ञान समूहातील तरुणांना व्हावे यासाठी तो पर्वतामधील दगडी गुहांमध्ये काढलेल्या चित्रांचा वापर ज्ञानाच्या आदानप्रदानासाठी करत असावा. लेखनकलेचा शोध लागण्यापूर्वी अशा चित्रगुहा म्हणजे संपर्क भाषा असावी.

तेल्याकन पर्वतरांग आणि मुंगसादेव पर्वतरांग या दोन पर्वतरांगांतील दरीत काळ्या पिवळ्या प्रचंड शिळांमधून एक नाला वाहतो. दिवसभर तेथे संधिप्रकाश दाटला असतो. अनेक ठिकाणी पाण्याचे नैसर्गिक पाणवठे आहेत. पाण्याचा रंग निळा-हिरवा असून जीवसृष्टीचे अस्तित्व तेथे पावलोपावली दिसून येते. आजूबाजूच्या काठावरील वृक्षलतांची घनगर्द शीतल छाया दिवसभरही येथे राहते. संपूर्ण दरीत कसे एअरकूल्ड वातावरण असते. सायाळ, अस्वलांची विष्ठाही

काही ठिकाणी दिसून येते.

चित्रगुहांचे खडक हे गाळाचे खडक (Sendimetery rock) असल्यामुळे त्या काळात रंगविलेले चित्र त्याच्या रेषेतील रंग या खडकामुळे आतमध्ये अंदाजे दोन सेंटिमीटरपर्यंत पोहोचतो. त्यामुळेच हजारो वर्षांच्या ऊन-वारा-पावसाच्या माऱ्यातही दगडाची झीज होऊन काही ठिकाणी स्पष्ट तर कुठे कुठे अस्पष्ट चित्र दिसतात. पंधरा ते वीस हजार वर्षांपूर्वीच्या अश्मयुगीन मानवास भौमितीय चित्र काढायची कल्पना कशी आली असेल? प्रत्येक गुहेमध्ये वर अवतीभोवती पाण्याच्या आणि वाऱ्याच्या प्रवाहामुळे गोल, लंबगोल, त्रिकोणी खड्डे पडले आहेत. कदाचित त्यांकडे पाहून त्यांना ह्या आकाराची कल्पना आली असावी असे वाटते. कारण शेवटी निसर्गच मानवास नवनवीन कल्पना देत असतो. नव्हे निसर्गाचा तो नियमच आहे. आता मात्र या गुहांवर पकोळ्यांनी आपली घरटी बनविली आहेत. तसेच कोळी, साप, सायाळ, अस्वल इ. वन्य जीवांची वसतिस्थाने आहेत. कुठे कुठे बिबट्याचीही विष्ठा दिसून येते.

नुकत्याच दि. ३ व ४ फेब्रुवारी २०१२ रोजी शोधलेल्या नवीन चित्रगुहेची लांबी शंभर फूट असून उंची वीस फूट व खोली वीस फूट आहे. गुहेत उजव्या बाजूला रानडुकराचे गेरव्या रंगाचे चित्र काढले आहे. त्याची उंची ९० सेंटिमीटर व रुंदी ११० सें. मी. आहे. डाव्या बाजूला हत्तीचे चित्र असून त्याची लांबी १६० से. मी. व उंची शंभर से. मी. एवढी आहे. उजवीकडे भूमितीय चित्र काढले असून पूर्वेकडे हरीण, चितळ, जिराफसदृश प्राणी काढले आहेत. त्यानंतरच्या एका चित्रगुहेत मोठे वशिंड असलेल्या बैलाचे चित्र कोरलेले आहे. हा प्राणी मोंहेंजोदारोमधील प्राण्यासारखा वाटतो. मध्यभागी बैल आणि हरणाचे चित्र आहे. या गुहेत तिन्ही स्टेजमधील चित्र असून ती लाल रंगात, पांढऱ्या रंगात आणि काही कोरलेलं चित्र आहे, तर खालच्या बाजूला भूमितीय चित्र आहे. मशरूमच्या आकाराच्या आणखी एका नवीन चित्रगुहेत एका लांबट प्राण्याचे चित्र असून त्याची लांबी १४० सेंटिमीटर तर उंची २६ सेंटिमीटर आहे. ह्या प्राण्याला डोके आहे. त्यावर दोन माणसंही बसलेली दिसतात.

हिमयुगानंतरच्या काही काळानंतर बुशमन नावाच्या आदिमानावाचा वंश दक्षिण आफ्रिकेतील कालाहारी येथे होता. नंतर तो हळूहळू जगभर पसरला. आश्चर्याची बाब म्हणजे अशा चित्रगुहा दक्षिण आफ्रिकेत आहेत. कालांतराने या वंशातील काही माणसं उत्तर आफ्रिकेत स्थानांतरित झाले. तेथून ते युरोपात व पुढे

उत्तर दक्षिण अमेरिकेतही पसरले. त्यातील एक जत्था भारतीय द्वीपकल्पात स्थानांतरित होऊन पुढे काही काळाने दक्षिणपूर्व आशिया व पुढे ऑस्ट्रेलिया येथे स्थानांरित झाला असावा. आणि विशेष बाब म्हणजे तेथेही अशा चित्रगुहा आहेत. जेथे जेथे आदिमानव पोहोचला तेथे तेथे त्याने गुहाचित्रे काढली आहेत.

भारताचा विचार करता देशातील ओरिसा, केरळ, कर्नाटक, आंध्रप्रदेश, गुजरात, उत्तर प्रदेश इ. राज्यातील पर्वतराजींत अशा प्रकारच्या शैलाश्रयात चित्रे आढळून आली आहेत. मात्र सर्वांत जास्त चित्रगुहा ह्या मध्य प्रदेशात विंध्य पर्वतराजीत नर्मदेच्या खोऱ्यात उत्तरेकडे आहेत. हे ठिकाण म्हणजे जगप्रसिद्ध भीमबेटका होय. भीमबेटका आणि सातपुड्यातील चित्रगुहांचा अभ्यास करता दोन्हीही जवळपास एकाच काळातील असाव्यात. सातपुड्यातील चित्रगुहांचा पुरातत्त्व खात्याकडून आता सखोल अभ्यास व संशोधन सुरू झाले आहे. भारतात अतिप्राचीन काळी मानवी जीवनाची सुरुवातच सातपुडा आणि लगतच्या विंध्य पर्वतात झाली. मात्र तो सातपुड्याकडून विंध्यकडे पसरला की हिमालय विंध्यकडून तो सातपुड्याकडे आला याचाही उलगडा होऊ शकेल. त्यामुळे अश्मयुगीन आदिमानवाचा प्रवास मार्ग उजेडात येऊ शकेल.

प्रागैतिहासिक काळात पर्वतकपारींतील गुहांमध्ये समूहासमूहाने राहणाऱ्या आदिमानवाचे प्रमुख अन्न म्हणजे मांस, कंदमुळे, फळे हेच होते. मांसासाठी तो त्या परिसरात राहणाऱ्या वन्य प्राण्यांची शिकार करायचा. लहान वयातील मुलांना आणि तरुणांना लहानपणापासून वन्य प्राण्यांची ओळख व्हावी यासाठी त्याने गुहेत वन्य प्राण्यांची चित्रे काढायला सुरुवात केली. यातून प्राण्यांचा आकार, कोणता प्राणी धोकादायक, कोणता शिकारीयोग्य, कळपाने राहणारा कोणता याचा अभ्यास समूहातील मंडळींना होत होता. त्या काळात भाषा जरी नसली तरी गुहाचित्र हेच भाषेचे प्रतिनिधित्व करत होत्या. ज्ञानवाटपाची ती सुरुवात असावी.

अमरावती येथील सहा निसर्गवेड्यांच्या चमूने जवळपास पाच-सात वर्षांच्या अथक प्रयत्नांनंतर प्रथम जानेवारी २००७ मध्ये सातपुडा पर्वतात मुंगसादेव, तेल्यादेव, कुक्कुडसा इ. अश्मयुगीन चित्रगुहांचा शोध लावला. त्यानंतर त्यांनी आतापर्यंत जवळपास १०० गुहा (rock shelters) शोधल्या असून त्यात ३० चित्रगुहा (cave painting) आहेत. सातपुड्यातील गायमुखापासून पूर्वेकडे सालबडींच्या जवळजवळ अंदाजे तीस किलोमीटरच्या पर्वतीय प्रदेशात त्यांनी

ह्या गुहा शोधल्या आहेत. गाय, मुख, गोधनीगोटा, बरड नाला, वडाचा नाला, काला पत्थर, बरडनाल्याचा वरचा परिसर, मुंगसादेव, तेल्यादेव, वाघदेव, कुक्कुडसा, उगुम बोरकप परिसर, अंबादेवी परिसर, साधुकुंडी तेल्याकन ही त्यांची नावे आहेत. या चित्रगुहांमध्ये कोल्हा, रानकुत्रे, हरीण, सांबर, रानगवा, चौसिंगा, बारासिंगा, अस्वल, हत्ती, गेंडा, जिराफ, सायाळ, नीलगाय इ. वन्य प्राणी आणि गिधाड व मोर या पक्ष्यांची चित्रे आणि काही ठिकाणी मानव शिकार करताना, शिकार समूहाने नेताना इ. प्रकार चित्रित केले आहेत. काही चित्रगुहांत तीन वेगवेगळ्या काळांतील चित्रे आहेत. त्यात वन्य प्राण्यांची रंगविलेली चित्रे दगडांवर कोरलेली चित्रे आणि भौमितीय चित्रे रंगविलेली आहेत. ही सर्व चित्रे अश्मयुगीन, मध्य अश्मयुगीन आणि अश्मयुगानंतरचा म्हणजेच अलीकडील जवळपास पाच हजार वर्षांपूर्वीचा काळ असावा. या सर्व चित्रांचा काळ पंधरा ते वीस हजार वर्षांपासून ते अलीकडच्या पाच हजार वर्षांपर्यंत आहे. या चमूचे कर्णधार संशोधक डॉ. व्ही. टी. इंगोले हे असून पद्माकर लाड, प्र. सु. हिरुरकर, डॉ. खोडे, कुमार पाटील आणि ज्ञानेश्वर दमाहे अशी इतरांची नावे आहेत. ही सर्व मंडळी पन्नास ते पासष्ट या वयातील आहेत. रॉक आर्ट सोसायटी ऑफ इंडियाने त्यांच्या या शोधकार्याला मान्यता दिली असून 'पुराकला' या जर्नलमध्ये सातपुड्यातील तापीच्या खोऱ्यातील अश्मयुगीयन चित्रगुहा यावर शोध प्रबंधही प्रसिद्ध झाला आहे. भारतीय पुरातत्त्व विभागाच्या 'पुरातत्त्व' या नुकत्याच प्रसिद्ध झालेल्या जर्नलमध्ये चमूच्या शोधकार्यावर लेखही प्रसिद्ध झाला आहे. त्यामुळे आता पुरातत्त्व खात्याचेही लक्ष या अश्मयुगीन चित्रगुहांकडे गेले असून त्यांचे सखोल संशोधनही सुरू झाले आहे. त्यामुळे भारतातीलच नव्हे तर जगातील अभ्यासक आणि पर्यटकांना एक नवीन दालन खुले होणार आहे.

विश्वनिर्मितीत सपुष्प वनस्पती, त्यासोबत किडे, कीटक त्यानंतर पशुपक्षी आणि नंतर मानव निर्माण झाला असावा. दोघांनाही समूह किंवा टोळ्यांशिवाय जीवन जगता आले नाही. प्रतिकूल परिस्थितीत त्यांना भक्कम संघर्ष करावा लागला. परंतु या पृथ्वीतलावर मानव हा एकमेव प्राणी असा आहे की जो आपले ज्ञान साठवून ठेवू शकतो. एका पिढीकडून दुसऱ्या पिढीकडे संक्रमित करू शकतो. यासाठी गुहाचित्रांचा उपयोग माहितीचे आदानप्रदान यासाठी केला गेला असावा. जीवन जगण्याच्या पद्धतीचा आणि संस्कृतीचा तो एकमेव उद्देश असावा.

चित्र ही जगातली पहिली भाषा असावी. कालांतराने त्याला भाषेचा

संवाद साधण्याचा स्पर्श होत गेला असावा. कारण चित्रलिपी ही सर्वांत जुनी लिपी होय. अश्मयुगीन आदिमानव आणि प्राणी दोघेही आपापल्या अस्तित्वासाठी संघर्ष करीत आले आहेत. आपल्यापेक्षा कमी ताकदीच्या प्राण्याची शिकार करून त्यावर उदरनिर्वाह करणे हे त्या काळी अत्यावश्यक हेते. कारण तेव्हा कोणतीही बोलीभाषा अस्तित्वात नव्हती. एकमेकांना सूचक इशारे करण्यासाठी प्राण्यांची, पक्ष्यांची चित्रे काढून त्यात शिकार केल्याचे दर्शविण्यासाठी प्राण्यांचे चित्र गुहांमध्ये रेखाटणे आणि रंगविणे हीच चित्रकला अणि भाषेची सुरुवात असावी. भाषेचा मूळ उगमच चित्रकलेमध्ये असावा. मानवी जीवनाच्या देवाणघेवाणीसाठी चित्रकलेचा उपयोग आदिम मानवाने प्राचीन काळापासून केला आहे. चित्रकला ही मानवी जीवनाचा अविभाज्य भाग बनली आहे. मानवाच्या प्रगतीच्या प्रवासाचा तो एकमेव मार्ग असावा. कारण चित्रकला कोणतीही जात, धर्म, देशाची सीमा जाणत नाही. जशी भाषेला मर्यादा आहे तशी चित्रकलेला नाही.

चमूच्या शोधकार्याला नुकतीच पाच वर्षं पूर्ण झाली आहेत. नवीन चित्रगुहांचे शोधकार्य सुरूच आहे. बोरकप नाल्यापासून पश्चिमेकडे अंबादेवी, कुक्कुडसा, तेल्यादेव, साधुडोह, मुंगसादेव, बरडनाला ते गोधनी गोटा, गायमुखपर्यंत सातपुड्यातील रॉकशेल्टर्सचा अंदाजे वीस-तीस किलोमीटरचा डोंगरी प्रदेश पिंजून काढला आहे. मात्र अजूनही या भागात भरपूर चित्रगुहा असाव्यात. असे तेथील दगडी गुहांच्या रचनेवरून वाटते.

सातपुडा पर्वतात ज्या ठिकाणी शैलाश्रयांची शृंखला आहे, ती जमीनही उंच गाळांचे खडक, मोठमोठ्या शिळा असलेली व आजूबाजूला झुडपे आणि काटेरी झाडांनी वेढलेली आहे. ह्या ठिकाणावरून दक्षिणेकडे पहिले असता अमरावती जिल्ह्यातील सखल भूप्रदेश, त्यावरील लहान लहान खेडी, शेतजमिनी, नद्या, तलाव दिसतात. चित्रगुहांमध्ये अनेक प्राण्यांची चित्रे चितारलेली असल्यामुळे ते प्राणीसंग्रहालयच वाटते. अनेक तृणभक्षी व मांसाहारी प्राणी ज्या कलात्मक रीतीने चितारली आहेत ते पाहताना आपण आश्चर्यचकित होतो. चित्रे प्रमाणबद्ध रेखाटली आहेत. मृगवर्गीय नरांच्या शिंगांचा आकारसुद्धा प्रमाणबद्ध दिसतो. चित्रांमध्ये गेंडा, उंट व जिराफाची चित्रे आहेत. मात्र मार्जार कुळातील वाघ, बिबटा किंवा चित्त्याचे चित्र नाही. काही चित्रांमध्ये घोडेस्वार व हत्तीस्वार आहेत. मात्र ते जुन्या चित्रांवर नंतरच्या काळात काढलेले आहेत आणि त्यात पाहिजे तेवढी कलात्मकता दिसत नाही.

शैलाश्रयातील मानव तृणभक्षी प्राण्यांची शिकार करून उदरनिर्वाह करीत असतील. तसेच सातपुडा पर्वतातून वाहणाऱ्या खंडू, खापरा, सिपना, गडगा डोलर आणि पूर्णा ह्या तापी नदीच्या उपनद्या वाहातात. ह्या नद्यांच्या प्रवाहात असणारे कासव, खेकडे आणि अनेक प्रकारचे मासे हे जलचर प्राणीसुद्धा त्यांचे अन्न असेल. ह्या चित्रांचा रेखाटण्याचा काळ मॅसोलीथिक असावा आणि ते त्या भागात घडलेल्या स्थित्यतरांच्या इतिहासाचे साक्षीदार असतील. कारण चित्रांमध्ये मोठ्या दगडावर खूप मोठी बॉर्डर रेखाटली आहे आणि हत्तीस्वार आणि घोडेस्वार रेखाटले आहेत.

-०-०-०-

लेखक-परिचय

नाव	:	प्रदीप सुखदेवराव हिरुरकर
जन्मतारीख	:	१७ मार्च, १९६२
पत्ता	:	रानभूल, गल्ली क्र.४, जवाहर नगर,
		अमरावती -४४४ ६०४
		दूरध्वनी क्र. २५३११०२, भ्र. ध्व. ९८२२६३९७९८
नोकरी	:	स्वीय सहायक, विभागीय माहिती कार्यालय, अमरावती.
		दूरध्वनी क्र. : २५५१४९९
छंद	:	२५ वर्षांपासून अरण्यभटकंती करून वन्यजिवांचे निरीक्षण व त्यावर आधारित अरण्यलेख दै. महाराष्ट्र टाइम्स, दै. लोकसत्ता, लोकप्रभा, दै. लोकमत, दै. तरुण भारत, दै. हिंदुस्थान, दै. सकाळ, दै. जनमाध्यम इ. वृत्तपत्रांत प्रकाशित होत असतात.
प्रकाशित पुस्तके	:	वन, वन्यजीवन आणि पर्यावरणावर आधारित
		१. अरण्य ओढ (जून २००५ मध्ये प्रकाशित)
		२. भुलनवेल (२२ सप्टेंबर २००७ रोजी प्रकाशित)
		३. पक्षिमेळा (५ जून २००९ पर्यावरणदिनी प्रकाशित)
प्रकाशनाच्या वाटेवर	:	१. बांधवगडचा शिकारी, २. रानवेड
संशोधन कार्य	:	सातपुडा पर्वतराजीत तापीच्या खोऱ्यात अश्मयुगीन चित्रगुहांचा (१५ ते २० हजार वर्षांपूर्वीच्या) Hope च्या चमूसोबत शोध
		* जानेवारी, २००७ मध्ये प्रथमशोध
		* आतापर्यंत अशा १७ चित्रगुहांचा शोध

* रॉक आर्ट सोसायटी ऑफ इंडियाच्या पुराकला २००७ च्या जरनलमध्ये शोधप्रबंध प्रसिद्ध. केरळमधील सुलतान बथेरी येथे २००७ मध्ये आणि भोपाळ येथे रॉक आर्ट सोसायटी ऑफ इंडियातर्फे आयोजित आंतरराष्ट्रीय परिषदेस उपस्थित. (RISI, ASI)

* **'भुलनवेल'** या रहस्यमय वेलीचा मेळघाटात २००९ मध्ये शोध.

पुरस्कार	:	१९९३-९४ चा राज्य शासनाचा विकास वार्ता पुरस्कार * जुलै २००६ मध्ये मा. मुख्यमंत्री यांच्या हस्ते विशेष कामगिरीबाबत गौरव, प्रशस्ति पत्र व सत्कार.
कार्य	:	* वन, वन्यजीवन आणि पर्यावरण या विषयावर शाळा, महाविद्यालयांमध्ये व्याख्याने. * पर्यावरणरक्षणासाठी काम करणाऱ्या संस्थांना मार्गदर्शन * दूरदर्शनवरील विविध चॅनलवर मुलाखती प्रसारित. * जगप्रसिद्ध चित्रगुहा असलेल्या भीमबेटका (मध्य-प्रदेश) येथे ऑक्टोबर २००८ मध्ये भेट (चमूसह)
भ्रमंती	:	सायलेन्ट व्हॅली, कान्हा, बांधवगड, पेन्च, मेळघाट, पैनगंगा अभयारण्य, वायनाड अभयारण्य (केरळ)
ई-मेल पत्ता	:	1) bhulanvel@rediffmail.com 2) paddiamt@gmail.com
वेब	:	picasaweb.google.com/boganwel

www.ingramcontent.com/pod-product-compliance
Lightning Source LLC
LaVergne TN
LVHW090001230825
819400LV00031B/479